అతడే ఒక సముద్రం

(ఎర్నెస్ట్ హెమింగ్వే, 'ది ఓల్డ్ మ్యాన్ అండ్ ద సీ')

హెమింగ్వే

అతడే ఒక సముద్రం

('ది ఓల్డ్ మ్యాన్ అండ్ ద సీ')

అనువాదం

స్వాతికుమారి - రవి వీరెల్లి

వాకిలి ఛాయ

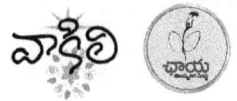

athade oka samudram
Translated from the English by
Swathikumari Bandlamudi and Ravi Verelly
English: The Old Man and the Sea By Ernest Hemingway

Copyright © by The Estate of Ernest Hemingway. USA.
Telugu Translation Copyright © by Swathikumari Bandlamudi and Ravi
Verelly

First Edition: December 2020

Copies: 500

Publication No.: CRC-18

Publisher:
Vaakili
Roanoke, VA USA.
vaakili.editor@gmail.com

Co Publisher:
Chaaya Resources Centre
8-3-677/23, 202, KSR Granduer,
Srikrishna Devaraya Nagar,
Yellareddyguda, Hyderabad-73
Ph: (040)-23742711, Mob: +91-98480 23384
email: chaayaresourcescenter@gmail.com

Book Design:
Brahmam Bhavana Grafix
Hyderabad@9848254745

Coverpage Images Credit: pngegg

For copies:
All leading bookstores and
www.amazon.in

ISBN-13: 978-0-9977363-9-7
ISBN-10: 0-9977363-9-9

"A man can be destroyed but not
defeated."
- Hemingway

Sincere and Heartfelt Thanks to...
- Michael Katakis,
  The Estate of Ernest Hemingway
- Balaram, Analpa publications
- Meher
- Sai Brahmanandam Gorti
- P. Satyavati
- Elanaaga
- Nandakishore

అతడే ఒక సముద్రం

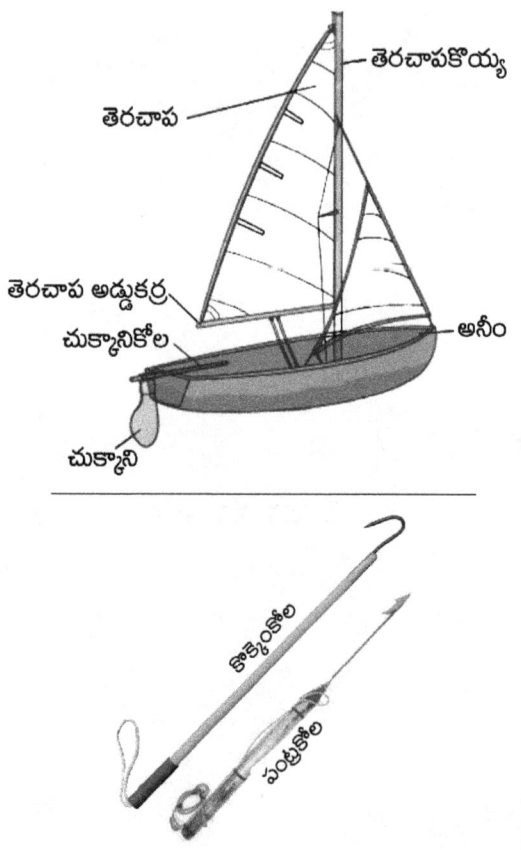

తెరచాపకొయ్య

తెరచాప

తెరచాప అడ్డుకర్ర

చుక్కానికోల

అనీం

చుక్కాని

కొక్కెంకోల

పంట్రకోల

పంట్రకోల (harpoon) – చేపలను పొడిచే ఈటెలాంటి పొడుగైన కోల/కర్ర.

కొక్కెంకోల (gaff)– పెద్ద చేపలను పట్టి లాగడానికి వాడే కర్ర. ఈ కోల చివర పదునైన కొక్కెం ఉంటుంది.

చుక్కానికోల (tiller) – పడవని తిప్పడానికి/తోలడానికి వాడే మీటకర్ర.

ముసలాయన ఎప్పుడూ పడవేసుకుని ఒంటరిగా సముద్రం మీదకి చేపలవేటకి వెళుతుంటాడు. అప్పటికి ఎనభై నాలుగు రోజులైనా ఒక్క చేప కూడా పడలేదు. మొదటి నలభై రోజులు అతనితోపాటు ఒక చిన్నపిల్లాడు వెళ్లేవాడు. కానీ నలభై రోజులు గడిచినా ఒక్క చేపైనా దొరక్కపోయేసరికి, ఆ పిల్లాడి అమ్మానాన్న వాణ్ణి వెళ్లొద్దన్నారు. ఆ ముసలాయనకి శని పట్టిందని వాళ్లకి గట్టిగా అనిపించింది. పెద్దోళ్ల మాట విని ఆ పిల్లాడు వేరేవాళ్ల పడవలో వేటకెళ్లడం మొదలెట్టాడు. అట్లా వెళ్లాడో లేదో వారం తిరక్కుండానే వాడెళ్లిన పడవలో మూడు మంచి చేపలు పడ్డాయి. పెద్దాయన రోజూ సాయంత్రం ఖాళీ పడవేసుకుని తిరిగిరావడం చూసి వీడికి మనసు కలుక్కుమనేది. ఊరుకోలేక తాతకి ఎదురెళ్లి పడవలోంచి సామాన్లు దింపేటపుడు ఒక చెయ్యేసేవాడు. కొయ్యకి చుట్టి ఉన్న తెరచాపని దించుతూనో లేదా గాలపు తాడుచుట్టల్ని, పంత్రకోలని, పెద్దచేపల్ని పట్టే కొక్కెం కర్రను మోస్తూనో పెద్దాయనకి సాయం చేసేవాడు. పిండి సంచులతో అతుకులేసి వున్న తెరచాప, చుట్ట చుట్టుకుపోయి, ఓటమిని సూచిస్తున్న జెండాలాగా ఉండేది.

పెద్దాయన బక్కపల్చగా ఉసూరుమన్నట్టు ఉంటాడు. అతని మెడ వెనకవైపు చర్మం ముడతలు పడిపోయింది. సముద్రపు నీళ్ల మీద పరావర్తనమైన ఎండ నేరుగా మొహాన్నితాకడం మూలాన అతని చెంపల మీద మచ్చలొచ్చాయి. ఆ మచ్చలు పెరుగుతూ అలా చెంపల మీదనుంచి ఒంటిమీదకి కూడా పాకాయి. బరువైన చేపల్ని తాళ్లతో లాగడం మూలాన చేతులు కోసుకుపోయిన గుర్తులున్నాయి. ఐతే వీటిలో కొత్తగా అయిన గాయాలూ, నిన్నమొన్నటి మచ్చలూ ఒక్కటికూడా లేవు. చేపలు వదిలెళ్లిపోయిన ఎడారిలో ఇసుకకోతలంత పురాతనమైనవి ఆ మచ్చలన్నీ.

ఒక్క కళ్లను తప్ప ఆయన్నంతా నిలువెత్తు ముసలితనం ఆవరించింది. ఓటమినెరుగని ఆయన కళ్లు అచ్చు సముద్రపు రంగులో ప్రసన్నంగా ఉంటాయి.

“శాంటియాగో, నేను మళ్లీ నీతో చేపలు పట్టడానికి వస్తా. మేము ఇప్పుడు డబ్బులు బానే సంపాదించాం,” పడవకి లంగరేసి ఇద్దరూ ఒడ్డు మీదకి ఎక్కుతుండగా అన్నాడు పిల్లాడు.

చేపలు పట్టడం నేర్పించినందుకు ఆ పిల్లాడికి పెద్దాయనంటే వల్లమాలిన ప్రేమ.

“వొద్దొద్దు, నీకా పడవ బాగా కలిసొచ్చింది. వాళ్లతోనే ఉండు,” అన్నాడు పెద్దాయన.

“కానీ నీకు గుర్తుందా? ఒకసారి మనకి ఎనభై ఏడు రోజులపాటు ఒక్క చేప కూడా పడలేదు. తర్వాత వరుసగా మూడు వారాల పాటు ప్రతి రోజూ ఎన్నో పెద్దపెద్ద చేపలు పడ్డాయి.”

“అవున్నిజమే. గుర్తుంది. కానీ నాకు తెలుసులేరా, నా మీద

అపనమ్మకంతో నువ్వు నన్ను విడిచి పెట్టలేదని," పెద్దాయన అన్నాడు.

"మా నాయనే వద్దన్నాడు. పిల్లాణ్ణి కదా ఆయనమాటని ఒప్పుకోక తప్పలేదు."

"నాకు తెలుసు. ఆయన అలా అనడం సబబే," అన్నాడు పెద్దాయన.

"మా నాయనకు నీమీద నమ్మకం లేదు."

"ఊహు, కానీ మనకుందిగా? లేదా?"

"ఉందుంది," అంటూ "మిద్దెమీది హొటల్లో బీరు తాగిస్తా, వస్తావా? ఆ తర్వాత తీరిగ్గా సామాను ఇంటికి తీసుకెళ్లొచ్చులే," అన్నాడు పిల్లాడు.

"ఓహ్ అలాగే, ఇద్దరు జాలర్లం కలిసి తాగుతామన్న మాట!" అన్నాడు పెద్దాయన.

ఇద్దరూ మిద్దెమీది హొటల్లో కూర్చున్నపుడు అక్కడికి వచ్చిన బెస్తవాళ్లందరూ పెద్దాయన్ని ఎంత ఏడిపిస్తున్నా ఆయనకు కోపం రాలేదు. అక్కడున్న కొంతమంది వయసుడిగినవాళ్లు మాత్రం ఆయన్ని చూసి బాధ పడ్డారు. కానీ వాళ్లు అదేదీ పైకి కనిపించనీయకుండా– ప్రవాహం గురించి, వాళ్ల గాలాలు తాకిన లోతుల గురించి, వాతావరణం గురించి, ఇంకా వాళ్లు చూసిన ఎన్నో విషయాల గురించి మర్యాదగా మాట్లాడుకున్నారు. ఆరోజు విజయం వరించిన వాళ్లు మాత్రం అప్పటికే వచ్చేసి, వాళ్లకు దొరికిన పెద్దచేపల్ని రెండు బల్లలమీద అడ్డంగా పరిచారు. పలకబల్లలకి రెండువైపులా ఇద్దరిద్దరు మనుషులు పట్టుకుని

తూలుతూ ఆ చేపల్ని మోస్తూ, హవానా మార్కెట్‌కి వెళ్లే ఐస్‌ట్రక్ కోసం ఫిష్‌హౌస్ దగ్గర ఎదురు చూస్తున్నారు. పెద్ద పెద్ద సొరమీనుల్ని పట్టిన వాళ్లు మాత్రం వాటిని గొందికి అవతలి వైపున్న సొరమీను కార్ఖానాకి తీసుకెళ్లారు. అక్కడ బరువులెత్తే యంత్రానికి వాటిని వేలాడదీసి, వాటి కాలేయాన్ని తీసి, రెక్కల్ని కత్తిరించి, తోలు వొలిచి, ఉప్పేసి ఊరబెట్టడానికని మాంసాన్ని ముక్కలు ముక్కలుగా కోశారు.

మామూలుగా తూరుపుగాలులొచ్చే రోజుల్లో, సొరచేపల కార్ఖానా నుంచి ఓడరేవు మీదుగా ఒక వాసనొచ్చేది. కానీ ఆరోజు మాత్రం ఆ వాసన మరీ అంతగా లేదు. ఎందుకంటే, గాలి ఉత్తరందిక్కుకి మళ్లిపోయి పూర్తిగా వెనకంజ వేసింది. డాబా మీద నీరెండ హాయిగా ఉంది.

"శాంటియాగో" అని పిలిచాడా పిల్లాడు.

గ్లాసు పట్టుకుని పాత జ్ఞాపకాలలో మునిగిపోయిన పెద్దాయన పరధ్యానంగా "ఊ" కొట్టాడు.

"నేనలా బయటికెళ్లి నీకోసం నూనెకవలు[1] తీసుకురానా? రేపు వేటలో పనికొస్తాయి."

"వద్దొద్దు. వెళ్లి బేస్‌బాల్ ఆడుకోపో. నేను తెడ్డెయ్యగలన్లే. వల విసరడానికి రోహేలియో ఎట్లాగూ ఉన్నాడు."

"వెళ్లనియ్యి. చేపలవేటకి నీతో ఎట్లాగూ రాలేనుగా, కాస్త ఈ సాయమైనా చెయ్యనీ"

---

1 *నూనెకవలు (Sardine) – కవలు, కవ్వళ్లు అని కూడా అంటారు. ఇవి నూనె జిడ్డుపట్టినట్టుండే చేపలు. వీటిని ఎరలా వాడతారు. వీటిలో బళ్లకవ్వళ్లు, సూదిమూతి కవ్వళ్లు, మంగలికత్తి కవ్వళ్లు, నూని కవ్వళ్లు అనే రకాలు ఉంటాయి.*

"నాకు బీర్ కొనిపెట్టావుగా, నువ్వప్పుడే పెద్ద మొనగాడివై పోయావు," అన్నాడు ముసలాయన.

"మొదటిసారి నన్ను నీతో పడవెక్కించుకుని తీసికెళ్లావు కదా, అప్పుడు నాకెన్నేళ్లు?"

"ఐదేళ్లుంటాయి. ఒక పేద్ద చేపని ప్రాణాలుండగానే పడవ మీదకి లాగాను. ఇక చూడు దాని గొడవ. పడవను మొత్తం విరగ్గొట్టినంత పనిచేసింది. కాస్త ఉంటే నువ్వు దక్కేవాడివి కాదేమో! ఆ సంగతులేవన్నా గుర్తున్నాయా నీకు?"

"ఆ చేప తోకతో తపతపా కొట్టడం గుర్తుంది. పడవలో కూర్చుండే చెక్కపలక విరిగిపోడం, దుడ్డుకర్రతో మోదుతున్న చప్పుడూ గుర్తున్నాయి. అప్పుడు నన్ను అనీం[2] లోకి (పడవలోపలి ముందుభాగంలోకి) విసిరేశావు. నేను సరాసరి పోయి తడితాళ్ల చుట్టల్లో పడ్డాను. అప్పుడు పడవంతా ఊగిపోయింది. నువ్వా చేపని కర్రతో బాదుతున్నపుడు చెట్టుమొదలుని నరుకుతున్నట్టు చప్పుడొచ్చింది. నా వళ్లంతా కమ్మటి చేపరక్తపు వాసన."

"నిజంగానే నీకంతా గుర్తుందా, లేకపోతే నేను అప్పుడప్పుడు అన్నది విని చెప్తున్నావా?"

"మొదటిసారి మనం చేపలవేటకి వెళ్లినరోజు దగ్గర్నుంచి నాకంతా గుర్తుంది."

ఎండకి కమిలిపోయిన కళ్లతో పిల్లాడివైపు ధీమాగా, ప్రేమతో చూశాడతను.

"నువ్వు గనక నా పిల్లాడివైతే చక్కగా నిన్ను పందేనికి

---

2 అనీం (bow) – పడవలోపలి ముందుభాగం

పెట్టేవాణ్ణి. కానీ నువ్వేమో మీ అమ్మా నాన్నల బంగారు కొండవి, దానికి తోడు అదృష్టం తెడ్డువేస్తున్న పడవ నీది."

"నేను నూనెకవల్ని తీసుకురానా? నాలుగు ఎరలను కూడా తెస్తా. వాటిని ఎక్కణ్నుంచి తేవాలో తెలుసు నాకు."

"ఈ రోజు మిగిలిపోయినవి ఇంకా అట్లాగే ఉన్నాయి. వాటిని ఉప్పులో కప్పి పెట్టెలో ఉంచాను."

"నన్నో నాలుగు తాజావి తేనివ్వు"

"ఒక్కటి చాలు," అన్నాడు పెద్దాయన. నమ్మకం, ఆత్మ విశ్వాసం ఎప్పుడూ అతనితోనే ఉన్నాయి, కానీ పిల్లగాలికి తలలూపినట్టు ఇప్పుడు అవి మళ్లీ చిగురిస్తున్నాయి.

"రెండు," పిల్లాడన్నాడు.

"సరే, రెండు" అని ఒప్పుకుంటూ "నువ్వు వాటిని ఎక్కడా దొంగతనం చెయ్యలేదుగా?" అన్నాడు పెద్దాయన.

"దొంగిలించాలంటే అదెంత పని, కానీ నేను వాటిని కొన్నాను," పిల్లాడు జవాబిచ్చాడు.

"థాంక్స్" అన్నాడు పెద్దాయన. అంత వినయం తనకి ఎప్పుడు అలవాటయిందో ఆలోచించలేనంత సాదా మనిషి ఆయన. కానీ అలా ఒదిగి ఉండటం తనకి వొచ్చని, అదేం చిన్నతనం కాదని, లోకువ అయిపోనని ఆయనకి తెలుసు.

"ఈ పోటు చూస్తే రేపు మనకి మంచి జరిగేలా వుంది." పెద్దాయన అన్నాడు.

"రేపు ఎందాకా వెళ్తావ్ తాతా?" అనడిగాడు పిల్లాడు.

"చాలా దూరం, గాలి దిశ మళ్లినపుడు వెనక్కొచ్చేటట్టు.

తెల్లారకముందే వెళ్లిపోవాలి."

"మా పడవకూడా దూరం పోయేలా చూస్తాను. నీకేదైనా పెద్దచేప దొరికితే ఒక చెయ్యివేయడానికి మేం దగ్గర్లో ఉంటాం," అన్నాడు పిల్లాడు.

"మరీ అంత లోపలికి వెళ్లడం మీ పడవతనికి నచ్చదు."

"నేనేదో చేస్తాగా. చేపల్ని పసిగట్టే పిట్టలాగా వాడికి కనిపించనిది నాకేదో కనిపించిందని చెప్పి, ఏదోక డాల్ఫిన్ వెంటపడి వచ్చేలా చేస్తాను."

"వాడికి మరీ అంతగా చూపు మందగించిందా?"

"దాదాపు గుడ్డోడి కిందే లెక్క."

"విడ్డూరంగా ఉందే! వాడెప్పుడూ తాబేళ్లవేటకి వెళ్లలేదు. దానివల్ల చూపు పోయిందనుకోడానికి వీల్లేదు," అన్నాడు పెద్దాయన.

"నువ్వు ఏళ్లతరబడి మస్కిటో తీరపు రేవుల్లో తాబేళ్లు పట్టేవాడివిగా? మరి నీ కళ్లకేం కాలేదే?"

"నేనో మొండి ముసలాణ్ణి."

"ఇంకా నీదగ్గర అంతంత పెద్దచేపల్ని పట్టే బలముందా?"

"ఉందనే అనుకుంటా. నా దగ్గర బోల్డన్ని కిటుకులు కూడా ఉన్నాయ్."

"సర్లే, సామాన్లు దింపి ఇంటికి తీసుకెళ్దాం పట్టు. నేనొక చిన్న వల తీసుకుని నూనెకవల కోసం వెళ్తాను."

వాళ్లు పడవనుండి సామాన్లన్నీ కిందకి దింపుకున్నారు.

పెద్దాయన తెరచాప కొయ్యని భుజానికెత్తుకున్నాడు. దృఢంగా పేనిన గోధుమ రంగు తాళ్లచుట్టలని, పంత్రకోలని, కొక్కెంకోలని చెక్కపెట్టెలో నింపుకుని పిల్లాడు మోసుకెళ్లాడు. పడవకి వెనకవైపున ఉండే అరలో ఎరలు దాచే పెట్టె ఉంది. పెద్దచేపల్ని పట్టినప్పుడు వాటిని మోదటానికి వాడే దుడ్డుకర్ర కూడా అందులోనే ఉంది. ఆ సామానంతా అక్కడ రేవులో వదిలేసినా ఎవరూ ఎత్తుకుపోరు. కాకపోతే రాత్రంతా మంచులో నానితే తెరచాప, తాళ్ల చుట్టలు పాడైపోతాయని ఇంటికి తీసికెళ్తున్నారు. ఎరిగిన వాళ్లెవ్వరూ వాటిమీద చెయ్యి వెయ్యరు. కానీ, పంత్రకోల, కొక్కెంకోల లాంటివి చూస్తే ఎవరికైనా కాస్త చపలబుద్ధి పుట్టొచ్చుననిపించింది ముసలాయనకి.

వాళ్లిద్దరూ కలిసి వీధిలో నడుచుకుంటూ సరాసరి ముసలాయన గుడిసె దగ్గరికి చేరారు. బార్లా తెరిచున్న గుమ్మంలోంచి లోపలి కెళ్లారు. తెరచాప చుట్టిన కొయ్యని గోడకి చేరవేశాడు పెద్దాయన. పిల్లాడేమో ఎరలడబ్బాని, మిగతా సామాన్లని దాని పక్కనే సర్దాడు. పొడుగ్గా ఉన్న తెరచాపకొయ్య ముసలాయన ఇంట్లో దాదాపు ఒక గది మొత్తాన్ని ఆక్రమించినట్టుంది. గట్టి తాటాకులు, మట్టలతో కలిపి కట్టిన ఆ గుడిసెలో ఒకవైపు మంచం, టేబుల్, కుర్చీ ఉన్నాయి. మరో వైపు మట్టినేల మీద వంటకోసం ఓ కట్టెల పొయ్యి ఉంది. ఒకదానిమీదొకటి సమంగా ఒత్తి పేర్చి, దృఢమైన తాటిఈనెలతో కుట్టిన ఎండుటాకుల దడి, ఆ దడిగోడ మీద జీసస్ పవిత్ర హృదయం కలర్ ఫోటో, మేరీమాత ఫోటో వేలాడుతున్నాయి. అవి వాళ్లావిడ మిగిల్చిన పాత గుర్తులు. అంతకుముందు ఆ దడిగోడ మీద వాళ్లావిడ ఫోటో ఒకటి

వెలిసిపోయి ఉండేది. కానీ అది ఒంటరితనాన్ని మరింత గుర్తుచేస్తుందని దాన్ని మూలనున్న అల్మారాలో, ఉతికి మడత పెట్టిన ఓ చొక్కా కింద దాచిపెట్టాడు.

"ఏం తింటావిప్పుడు?" పిల్లాడు అడిగాడు.

"అన్నమూ, చేపల కూర. నీక్కూడా కావాలా?"

"ఊహూ, నేను మా ఇంట్లో తింటా. పొయ్యి వెలిగించనా?"

"ఇప్పుడే వద్దు. తర్వాత వేడి చేసుకుంటాలే, లేకపోతే చల్లటివే తింటా."

"వల తీసుకుపోవచ్చా?"

"బేషుగ్గా"

అయినా అక్కడ వల ఉంటే కదా! దాన్ని అమ్మినట్టు పిల్లాడికి ఇంకా గుర్తుంది. కానీ రోజూ ఇలాంటి కట్టుకథల ఊహాలోకంలో బతకడం అలవాటైపోయింది. అసలు అన్నం, చేపలకూర కూడా ఇంట్లో లేదని వాడికి తెలుసు.

"ఎనభై ఐదు- మనకు కలిసొచ్చే నంబర్," పెద్దాయన అన్నాడు. "కోసి శుభ్రం చేసాక కనీసం వెయ్యి పౌండ్ల మాంసాన్నిచ్చే చేపని తీసుకొస్తా, చూస్తావా?"

"వల తీసుకుని నూనెకవలు తేవడానికి వెళ్తా. నువ్వు ముంగిట్లో ఎండలో కూచుంటావా తాతా?"

"అలాగే. నా దగ్గర నిన్నటి న్యూస్ పేపరుంది, అందులో బేస్‌బాల్ పేజీ చదువుకుంటాలే."

ఈ పేపర్ కూడా ఒక కట్టు కథేనా అని పిల్లాడు అనుకునే లోపే పెద్దాయన మంచం కిందనుంచి క్రితంరోజు పేపర్ తీసాడు.

"బడ్డీకొట్టు దగ్గర పెరికో ఇచ్చాడు," పెద్దాయన వివరించాడు.

"నూనెకవలు దొరికాక వస్తా. మనిద్దరివి కలిపి ఐస్‌లో పెడతా. పొద్దున్నే పంచుకోవొచ్చు. నేను తిరిగొచ్చాక నువు చదివిన బేస్‌బాల్ వార్తలు చెబుదువుగానీ"

"యాంకీస్ ఓడిపోడానికి వీల్లేదు."

"కానీ ఆ క్లీవ్‌లాండ్ ఇండియన్స్ అంటేనే భయం."

"యాంకీస్‌ని నమ్ముకోరా నాయనా. మన గొప్పోడు డిమాజియో[3] ఉన్నాడని గుర్తు పెట్టుకో."

"ఆ డెట్రాయిట్ టైగర్స్ అన్నా, క్లీవ్‌లాండ్ ఇండియన్స్ అన్నా భయమే!"

"తెలుసుకుని మాట్లాడు. అట్లయితే సిన్సినాటి రెడ్స్‌కి, షికాగో వైట్‌సాక్స్‌కి కూడా భయపడాల్సి వస్తుంది."

"సరే, నువ్వు చదివి నేను తిరిగొచ్చాక చెప్పు"

"ఎనభై ఐదు సంఖ్య వచ్చేట్టు ఓ లాటరీ టికెట్ కొంటే ఎలా ఉంటుందంటావు? రేపటికి ఎనభై ఐదవ రోజు."

"సరే, అట్లాగే చేద్దాం," పిల్లాడన్నాడు.

"మరి నువ్వు నమోదు చేసిన పాత రికార్డు ఎనభై ఏడు సంగతేంటి?"

"అది రెండవసారి జరగదు గానీ ఎనభై ఐదు సంఖ్యతో లాటరీ టికెట్ దొరుకుతుందంటావా?"

"అడిగి చూస్తా."

---

3 డిమాజియో *(Joe DiMaggio)* – ప్రఖ్యాత అమెరికా బేస్ బాల్ ఆటకాడు

“ఒక టికెట్‌కి రెండున్నర డాలర్లు. మరి ఆ డబ్బు ఎవర్ని అప్పడుగుదాం?”

“అదెంతపని. రెండున్నర డాలర్లయితే చిటికెలో తీసుకు రాగలను.”

“అవును. నేనుకూడా తీసుకురాగలనేమో. కానీ అప్పడగటం నాకిష్టం లేదు. అది చిన్న అప్పుతో మొదలై చివరకు అడుక్కునే వరకు దిగజారుతాం.”

“ఏం కాదులే,” పిల్లాడన్నాడు, “మనమిపుడు సెప్టెంబర్‌లో ఉన్నామని మరిచిపోకు.”

“పెద్ద చేపలు పడేది ఈ నెల్లోనే, మే నెలలో అయితే ఎవ్వరయినా చేపలు పట్టొచ్చు,” పెద్దాయన అన్నాడు.

“సరే, నూనెకవల కోసం వెళ్తున్నా,” పిల్లాడన్నాడు.

పిల్లాడు తిరిగొచ్చేసరికి పెద్దాయన కుర్చీలోనే నిద్ర పోతున్నాడు. సూర్యుడు దిగిపోయాడు. మంచం మీదున్న పాత ఆర్మీ గొంగళి తీసుకొచ్చి కుర్చీ వెనకనుంచి పెద్దాయన భుజాల మీదుగా కప్పాడు. వృద్ధాప్యం ముంచుకొచ్చినా ఇంకా శక్తిని కోల్పోని అసాధారణమైన భుజాలు అవి. మెడ కూడా ఇంకా బలంగానే ఉంది. నిద్రలో తల ముందుకు పడిపోయినా మెడకింద గమనించదగ్గ ముడుతలు లేవు. ఎండకు రంగులు మారి వెలిసిపోయిన అతుకుల తెరచాపలా ఉంది, ఆయన అతుకుల చొక్కా, పండుబారిన తల, మూసుకుని ఉన్న కళ్ల వల్ల ముఖంలో జీవం లేనట్టు ఉంది. మోకాళ్లమీద పరుచుకున్న న్యూస్ పేపర్‌ని సాయంకాలపు గాలికి కొట్టుకుపోకుండా ఆయన మోచేయి బరువు ఆపింది. అతని కాళ్లకు చెప్పులు లేవు.

పిల్లాడు మళ్లీ వెళ్లి తిరిగొచ్చేటప్పటికి కూడా పెద్దాయన ఇంకా నిద్రపోతూనే ఉన్నాడు.

"లే.. పెద్దాయనా," అని పిలుస్తూ చేత్తో ఆయన మోకాలిని నిమిరాడు.

కళ్లు తెరిచి, ఒక్క క్షణం ఏదో సుదూరలోకాల నుండి వస్తున్నట్టు చూసి, ఆ తర్వాత మెల్లగా నవ్వాడు పెద్దాయన.

"ఏదో తెచ్చినట్టున్నావ్?" అయనడిగాడు.

"భోజనం తెచ్చా, రా.. భోంచేద్దాం." పిల్లాడు పిలిచాడు.

"నాకిప్పుడాకలిగా లేదు."

"రా.. తిందాం. తినకపోతే చేపలు పట్టలేవ్."

"అదేం కాదు. ఏం తినకుండా కూడా చేపలు పట్టాను," లేస్తూ న్యూస్ పేపర్ మడతపెడుతూ చెప్పాడు పెద్దాయన. తర్వాత దుప్పటిని కూడా మడతపెట్టబోతుంటే, "అలాగే కప్పుకో," అని పిల్లాడు చెప్పాడు. "నేను బతికున్నంత కాలం నిన్ను ఖాళీ కడుపుతో చేపలు పట్టనీయను."

"అలాగైతే నువ్వు పది కాలాలపాటు చల్లగా బతుకు," పెద్దాయన అన్నాడు. "ఏం తినబోతున్నాం మనం?"

"ఉడకబెట్టిన చిక్కుడుగింజలు, అన్నం, అరటి వేపుడు, పాయా."

హోటల్ నుండి రెండు గిన్నెల టిఫిన్ బాక్సులో భోజనం తెచ్చాడు పిల్లాడు. పేపర్ నాప్కిన్‌లో చుట్టిన చెంచాలు, ఫోర్కులు, చాకులు రెండు జతలు జేబులోంచి తీసాడు.

"భోజనం ఎవరు పంపారు?"

“హొటల్ యజమాని మార్టిన్.”

“ఆయనకు నా థాంక్స్ చెప్పు.”

“నేను ముందే థాంక్స్ చెప్పేశాలే. నువ్వు చెప్పాల్సిన పని లేదు,” అన్నాడు పిల్లాడు.

“పెద్ద చేప పొట్టకింది నుండి కోసిన చక్కటి మాంసం ఆయనకెప్పుడైనా ఇద్దాం. మనకిలా రెండుమూడు సార్లు భోజనం పంపినట్టున్నాడుగా ఆయన?”

“అవుననుకుంటా”

“అయితే పొట్ట మాంసం కంటే మంచిది ఇంకేదైనా ఇవ్వాలి, మనల్ని బాగా పట్టించుకుంటున్నందుకు.”

“రెండు బీర్లు కూడా పంపాడాయన.”

“నాకు క్యాన్లలో ఉన్న బీరంటే ఇష్టం.”

“నాకు తెలుసులే. కానీ, ఇవి హాచుయి సీసా బీర్లు, ఖాళీ సీసాలని మళ్లీ వెనక్కివ్వాలి.”

“ఏదైతేనేం, చక్కగా బీర్ తెచ్చిపెట్టావు. ఇక మనం తిందామా?” అనడిగాడు పెద్దాయన.

“నేను అప్పట్నుంచి అడుగుతూనే ఉన్నాను. నీ పనంతా అయ్యేదాక సీసా మూత తెరవద్దనుకున్నా,” పిల్లాడు మెల్లగా అన్నాడు.

“ఇదిగో, ఐపోయింది. స్నానం చెయ్యాలంతే.”

ఆయన ఎక్కడ స్నానంచేస్తాడబ్బా అనుకున్నాడు పిల్లాడు. ఆ వూళ్లో నీళ్ల పంపు రెండు బజార్ల అవతలకానీ లేదు. నేను

తాత కోసం నీళ్లు తెచ్చిపెడితే బాగుండేది. ఒక సబ్బు, తువ్వాల కూడా తీసుకురావల్సింది. ఇంత బుర్ర లేకుండా ఉన్నానేంటి అనుకున్నాడు పిల్లాడు. ఈ చలికాలాన్ని తట్టుకోవాలంటే ఒక కొత్త షర్టు, కోటు, దుప్పటి, బూట్లు తెచ్చివ్వాలి ముసలాయనకి అని తనకితాను చెప్పుకున్నాడు.

“అబ్బా, భలే పాయా తెచ్చావ్, మహా రుచిగా ఉంది.” అన్నాడాయన.

“ఇక బేస్‌బాల్ గురించి చెప్పు.”

పెద్దాయనకి హుషారొచ్చింది “అమెరికన్ లీగ్‌లో నేను చెప్పినట్టే యాంకీలు గెలుస్తారు,” అన్నాడు.

“మరి ఇవ్వాళ వాళ్లు ఓడిపోయారు తెలుసా?” అన్నాడు పిల్లాడు.

“ఓడిపోతే ఏంటి, డిమాజియో మళ్లీ చెలరేగాడు చూశావా?”

“జట్టులో వేరే ఆటగాళ్లు లేరా ఏంటి?”

“ఉంటే ఉన్నారు. కానీ అతని సంగతి వేరు. అదే వేరే పోటీల్లో ఐతే ఆ లెక్క వేరే. బ్రూక్లిన్, ఫిలడెల్ఫియా జట్లు ఆడేటప్పుడు బ్రూక్లిన్ వైపే ఉంటాన్నేను. ఓల్డ్‌పార్క్‌లో ఆడినప్పుడు సిస్లర్ ఎంత ఒడుపుగా ఆడాడో మర్చిపోలేను.”

“అవును. అతన్లాగా అంత దూరం బాల్ కొట్టినోళ్లని నేను చూళ్లేదు.”

“అతను మిద్దెమీది హోటల్‌కి వచ్చేవాడు గుర్తుందా?”

“అతను నాతో వేటకొస్తే బావుండు అనుకునేవాణ్ణి. కానీ అడగాలంటే మొహమాటంగా ఉండేది. పోనీ నిన్ను అడగమంటే

నువ్వొకటే సిగ్గుపడ్డావ్."

"అవును. పెద్ద తప్పుచేశాం. అడిగితే వచ్చే వాడేమో, అతనొస్తే మనకొక మంచి గుర్తుగా మిగిలిపోయేది," అన్నాడు ముసలాయన.

"డిమాజియోని నాతో వేటకి తీసికెళ్లాలనుంది," అన్నాడాయన.

"వాళ్ల నాన్న కూడా చేపలు పట్టేవాడంట. మనలాగే వాళ్లూ పేదవాళ్లేమో గతంలో. అడిగితే వచ్చేవాడే."

"సిస్లర్ వాళ్ల నాన్నైతే మొదట్నుంచీ ఉన్నవాడే. నా అంతప్పుడే వాళ్లనాన్న పెద్ద లీగుల్లో ఆడేవాడంట." అన్నాడు పిల్లాడు.

"నీ అంతప్పుడు నేనైతే ఆఫ్రికా వెళ్లే చదరపుతెరచాపల[4] పడవలో తెరచాప అడ్డుకర్ర మీద పనిచేసేవాణ్ణి. సాయంత్రాలు సముద్రపొడ్డులో సింహాల్ని చూసేవాణ్ణి," పెద్దాయన గతంలోకి వెళ్లాడు.

"అవును, నువ్వీ మాట నాకు ఇంతకు ముందు చెప్పావు."

"సరే, ఇంతకీ నీకు ఆఫ్రికా గురించి చెప్పనా, బేస్‌బాల్ గురించి చెప్పనా?" అడిగాడు ముసలాయన.

"బేస్‌బాల్ గురించే చెప్పు. మన హీరో జాన్ జె. మెక్ గ్రా గురించి చెప్పు," 'జోటా' అనే మధ్యపేరుని 'జె' అని అంటూ చెప్పాడు.

"అతను కూడా మిద్దెమీది హొటల్ కొచ్చేవాడు. కాకపోతే తాగినప్పుడు అతని నోరు మంచిది కాదు. మొరటుగా, పెంకిగా ఉండేవాడు. ఎప్పుడూ పందెపు గుర్రాల చిట్టా జేబులో

---

4 *చదరపుతెరచాపల పడవ (square rigged ship) – ఈ పడవ తెరచాపలన్నీ చదరంగా ఉండి అడ్డు కర్రలకు కట్టి ఉంటాయి.*

పెట్టుకు తిరిగేవాడు. ఎప్పుడూ ఫోన్‌లోనే గుర్రాల మీద పందాలు కట్టేవాడు."

"అతను గొప్ప మ్యానేజర్ అని మా నాన్న ఎప్పుడూ చెప్తాడు. మా నాన్నకి గొప్ప అభిమానంలే ఆయనంటే."

"అతనెప్పుడూ ఇక్కడికి వచ్చిపోతుండేవాడు. డ్యూరోషర్ గనక అతన్లాగా అస్తమానం వస్తే మీ నాన్న అతనే గొప్పనుకునే వాడు."

"అవునా? ఐతే ఇది చెప్పు. ల్యూక్, మైక్ గంజాలేజ్ వీళ్లిద్దర్లో ఎవరు గొప్ప మ్యానేజర్ అంటావ్?"

"ఇద్దరూ రమారమి ఒకలాగే అనిపిస్తారు నాకు."

"గొప్ప జాలరివి మాత్రం నువ్వే."

"నాకంటే మొనగాళ్లని చూశాను."

"కాదులే. మంచి జాలర్లు, గొప్ప వేటగాళ్లు చాలామంది ఉంటార్లే గానీ, నీలాంటోళ్లు ఎవ్వరూ లేరు."

"థాంక్ యూ, నువ్వలా అంటే సంబరంగా ఉంది. నేను గొప్ప జాలరిని కాదని నిరూపించే చేప ఏదీ తగలకపోతే బాగుండు."

"నువ్వన్నట్టు నీ ఒంట్లో ఇంకా బలముంటే ఏ చేపైనా నిన్నేం చెయ్యదులే."

"ఏమో, నేను అనుకున్నంత బలం నాకింకా ఉందో లేదో కానీ, నా ఒడుపు నాకుంది. ఎలాగైనా రేపు అనుకున్నది చేస్తాను," అన్నాడు ముసలాయన.

“సరే, నువ్వింక పడుకోవాలేమో, పొద్దున్నే లేవాలిగా. ఈ గిన్నెలన్నీ నేను హోటల్‌లో ఇచ్చేస్తాలే.”

“గుడ్ నైట్. పొద్దున్నే వచ్చి నిద్రలేపుతా.”

“నువ్వే నా అలారానివి,” అన్నాడు పిల్లాడు.

“నా ముసలితనమే నాకు అలారం. ఎక్కువ సమయం దొరుకుతుందన్న ఆశతో ముసలాళ్లు తొందరగా నిద్ర లేస్తారు.”

“ఏమో నాకు తెలీదు. కుర్రాళ్లు పొద్దెక్కేదాకా మొద్దునిద్ర పోతారని మాత్రం తెలుసు.” అన్నాడు పిల్లాడు.

“నాకు గుర్తుంది. పొద్దున్నే లేపేస్తాలే.”

“ఆ వేరే పడవతను నన్ను నిద్రలేపడం నాకిష్టం లేదు. ఏదో చిన్నా చితకా పనికోసం లేచినట్టుంటుంది.”

“నాకు తెలుసు.”

“బాగా నిద్రపో తాతా.”

పిల్లాడు బయటికి వెళ్లిపోయాడు. పెద్దాయన ఆ చీకట్లోనే తినేసి, చీకట్లోనే ప్యాంటు విప్పి మంచం మీద పడుకున్నాడు. పాత న్యూస్ పేపర్ల చుట్టూ ప్యాంటుని చుట్టి ఒక దిండులా తయారుచేశాడు. నులక గుచ్చుకోకుండా న్యూస్ పేపర్ని మంచంమీద పరిచి దుప్పటి చుట్టుకుని పడుకున్నాడు.

చిటికెలో నిద్రపోయాడు. ఆఫ్రికాలో తన చిన్ననాటి రోజుల్ని, పొడవైన బంగారురంగు తీరాలని, కళ్లు మిరుమిట్లు గొలిపే తెలతెల్లటి తీరాల్ని, సముద్రంలోకి చొచ్చుకుపోయిన ఎత్తైన ఒడ్డుల్ని, గోధుమరంగు కొండల్ని కలగన్నాడు. అలల హోరు

వింటూ, ఆ అలల్లో ఒడ్డుచేరుతున్న ఆ ఊరి పడవల్ని చూస్తూ, ప్రతీ రాత్రిలానే, ఇప్పుడూ ఆ రేవులో గడిపొచ్చాడు. నిద్రలోనే డెక్ మీంచి వచ్చే తారుపోసిన పాతతాళ్ల వాసనల్ని పీల్చాడు. పొద్దుటి గాలి మోసుకొచ్చిన ఆఫ్రికా పరిమళాన్ని ఆఘ్రాణించాడు.

మామూలుగా అయితే ఆ ఊరిగాలి తెచ్చే వాసనకి నిద్రలేచి, బట్టలు తొడుక్కుని, పిల్లాణ్ణి నిద్రలేపడానికి తయారవుతాడు. కానీ ఈరోజు గాలి వాసన మరీ తెల్లారకముందే వచ్చిందని తెలుసుకుని మళ్లీ కలల్లోకి వెళ్లి, అక్కడ సముద్రంలోంచి పైకి లేస్తున్నట్టున్న తెల్లటి దీవుల్ని చూసాడు. ఆ తర్వాత కనేరీ ద్వీపాల ఓడరేవుల్ని, లంగరువేసే స్థలాల్ని కలగన్నాడు.

తుఫాన్లు, ఆడవాళ్లు, గొప్ప సంఘటనలు, పెద్ద చేపలు, గొడవలు, కుస్తీ పోటీలు ఇవేవీ అతనికి కలలో రావట్లేదిప్పుడు. చివరికి అతని భార్య గురించి కూడా కలలు రావు. అతనికిప్పుడు కొన్ని ప్రదేశాలు మాత్రం కలలో కనపడతాయి. సముద్రతీరాల్లో సింహాలు కనపడతాయి. మసక సాయంత్రాల్లో ఆ సింహాలు పిల్లికూనల్లాగా ఆడుకుంటూ ఉంటాయి. అవంటే ఆయనకి భలే ఇష్టం. పిల్లాడంటే కూడా చాలా ఇష్టం. ఐతే అతనికి పిల్లాడి గురించి కలలు రావు. అతను లేచి, తెరిచున్న తలుపులోనుంచి బయటికి చంద్రుడి వైపు చూశాడు. ప్యాంటు చుట్లని విడదీసి తొడుక్కున్నాడు. గుడిసె బయటికెళ్లి ఒకటికి కానిచ్చి పిల్లాణ్ణి లేపుదామని బజార్లోకి వెళ్లాడు. పొద్దుటి చలి అతన్ని వణికిస్తుంది. తొందరగా పడవెక్కి తెడ్డేస్తూ వెళ్తే ఈ చలి నన్నేంచేయదు అనుకున్నాడు.

పిల్లాడి ఇంటితలుపుకి లోపలివైపు గడియ పెట్టి లేదు.

ముసలాయన తలుపు నెట్టి చెప్పుల్లేనికాళ్లతో లోపలికి నడిచాడు. పిల్లాడు ముందుగదిలో మంచం మీద నిద్రపోతున్నాడు. కనుమరుగవుతున్న చంద్రుడి వెలుగులో వాడి మొహం స్పష్టంగా కనపడుతుంది. వాడి అరికాలిని చేతుల్లోకి తీసుకుని, నిద్రలేచి తనవైపు తిరిగిచూసేదాకా వాణ్ణే చూస్తూ ఉన్నాడు. ముసలాయన లేవమన్నట్టు తలూపగానే పిల్లాడు లేచి, పక్కనే కుర్చీలో మడతపెట్టుంచిన బట్టలు తీసి, మంచంమీద కూర్చునే తొడుక్కున్నాడు.

ముసలాయన బయటికెళ్లాడు. పిల్లాడు ఆయన వెనకాలే అడుగులేశాడు. వాడికింకా నిద్రమత్తు వదల్లేదు. ముసలాయన వాడి భుజంచుట్టూ చెయ్యేసి "పాపం. లేపేశాను," అన్నాడు.

"పర్లేదు, పెద్దవాణ్ణి అయ్యానుగా ఆ మాత్రం తప్పదు." అన్నాడు పిల్లాడు.

వీధిలో నడుచుకుంటూ ఇద్దరు కలిసి ముసలాయన గుడిసె వరకూ వెళ్లారు. చీకట్లో చెప్పుల్లేని కాళ్లతో తెరచాప కొయ్యల్ని మోసుకుంటూ వీధి పొడుగునా మనుషులు నడుస్తున్నారు.

వాళ్లిద్దరూ పెద్దాయన గుడిసెకి చేరగానే, పిల్లాడు తాడు చుట్టలున్న బుట్టని, పంట్రకోలని, కొక్కెంకోలని పట్టుకున్నాడు. పెద్దాయనేమో చుట్టిన తెరచాప కొయ్యను భుజం మీదకి ఎత్తుకున్నాడు.

"కాఫీ కావాలా?" అనడిగాడు పిల్లాడు.

"ఈ సామానంతా పడవలో పెట్టాక తాగుదాం."

జాలరులకోసం పొద్దున్నే తెరిచే ఒక టీ కొట్లో, పాత

పాలక్యాన్లలో పోసిచ్చిన కాఫీ వాళ్లిద్దరూ తాగారు.

"నిద్ర బాగా పట్టిందా తాతా?" అనడిగాడు పిల్లాడు. నిద్రవాడిని వదిలి రావడానికి మనసొప్పకపోయినా వాడు ఎలాగో తిప్పలుపడి లేచాడు.

"భలే నిద్రపట్టింది మనోలిన్. ఇవ్వాళ పని జోరుగా సాగుతుందనిపిస్తుంది."

"నేను కూడా బాగా పడుకున్నా. ఇక నేనెళ్లి మనిద్దరి ఎరలు, నీకోసం తెచ్చిన నూనెకవలు తీసుకురావాలి. మిగతా సామానంతా మా పడవాయన ఎట్లాగూ తెచ్చుకుంటాడు. వాటినెవ్వర్నీ మొయ్యనివ్వడు."

"మన సంగతి వేరే కదా. నువ్వు ఐదేళ్ల పిల్లాడప్పుడే నా సామానంతా మోసేవాడివి."

"అవును కదా! నేనిప్పుడే వస్తా. ఈలోగా ఇంకో కాఫీ తాగు. మనకిక్కడ ఖాతా ఉందిలే పర్లేదు," అని చెప్పి పిల్లాడు ఒట్టి పాదాలతో పగడాలదిబ్బ[5] మీద నడుచుకుంటూ ఎరల్ని తేవడానికి ఐస్‌గిడ్డంగి వైపు వెళ్లాడు.

ముసలాయన మెల్లగా కాఫీ తాగాడు. ఆ కాఫీ మీదే రోజంతా గడపాలి కాబట్టి మొత్తం తాగెయ్యాలనుకున్నాడు. తిండి మీద యావ తగ్గి మధ్యాహ్నభోజనం తీసుకెళ్లడం కూడా ఎప్పట్నుంచో మానేశాడు. పడవ అనీంలో మాత్రం ఒక నీళ్ల బాటిల్ పెట్టుకున్నాడు. ఈ రోజంతటికీ అదొక్కటి చాలు.

నూనెకవల్ని, రెండు ఎరల్ని పేపర్లో చుట్టుకుని పిల్లాడు వెనక్కి

---

5 పగడాలదిబ్బ (coral rocks) – సముద్రపు ఒడ్డున ఉండే గరుకు రాళ్లు.

వచ్చాక ఇద్దరు కలిసి ఇసుక, గులకరాళ్ల మీంచి నడుచుకుంటూ పడవవైపు వెళ్లారు. పడవని ఎత్తుతూ నీళ్లలోకి జారవిడిచారు.

"గుడ్-లక్ తాతా!"

"గుడ్-లక్," పెద్దాయన కూడా చెప్పాడు. తాళ్లచుట్టల్ని పడవకున్న కొయ్యలకు తగిలించాడు. ముందుకు వంగి తెడ్డుచివర్లని నీళ్లపోటుకి ఎదురేస్తూ, చీకట్లో పడవని రేవు బయటికి నడుపుకుంటూ వెళ్లాడు. పక్కరేవు నుంచి కూడా సముద్రంలోకి పడవలు బయల్దేరాయి. ఆ పడవలు నేరుగా కంటికి కనపడకపోయినా వాటి తెడ్లు నీళ్లలో మునుగుతూ, నీళ్లని తోస్తున్న చప్పుడుని గుర్తుపట్టాడు. చంద్రుడు గుట్ట దిగువకి చేరాడు.

పడవలో ఎప్పటికో ఓ మాట వినిపిస్తుంది. తెడ్లు మునుగుతున్న చప్పుడొకటి తప్ప దాదాపు పడవలన్నీ నిశ్శబ్దాన్ని మోస్తున్నాయి. హార్బర్ ముఖద్వారం దాటగానే పడవలన్నీ విడిపోతాయి. అక్కడినుంచి ఎవరి దార్లో వాళ్లు, వాళ్లవాళ్ల నమ్మకాన్నిబట్టి, ఎక్కడ చేపలు దొరుకుతాయనుకుంటారో అక్కడికి వెళ్తారు. పెద్దాయనకి చాలా దూరం వెళ్లాలని తెలుసు. భూమినుంచి వచ్చే వాసనల్ని దాటి, పొద్దుటి పూట తాజాగా వీచే సముద్రపు వాసనవైపుగా పడవని నడిపాడు. చేపలు పట్టేవాళ్లు 'పెద్దగోడ' అని పిలుచుకునేదాన్ని దాటుకుంటూ వెళ్తూ అక్కడ మెరుస్తున్న గల్ఫ్ నాచును చూసాడతను. 'పెద్దగోడ' దగ్గరికి రాగానే సముద్రం ఒకేసారి ఏడువందల బారల లోతవుతుంది. లోపల నిటారుగా ఉన్న ఆ గోడకి నీటిప్రవాహం ఢీకొట్టడంవల్ల ఏర్పడ్డ సుడుల్లో రకరకాల చేపలు గుంపులు కడతాయి. అక్కడ

గుంపుగా రొయ్యలు, ఎరలు, చిన్నచేపల బారులు ఉంటాయి. రాత్రవ్వగానే అడుగు నుంచి అవన్నీ పైకొచ్చి అటుయిటు తిరుగుతున్న పెద్దచేపలకు దొరికిపోతుంటాయి.

ఆ చీకట్లో ముసలాయనికి తెల్లారబోతున్నట్టు తెలిసింది. అతను తెడ్డువేస్తూ వెళ్తుంటే ఒళ్లు జలదరింపజేసే చప్పుడు వినిపించింది. నీళ్లలోంచి హుస్సుమని ఆకాశంవైపు దూసుకెళ్తూ ఆ చీకట్లో పరవమీను[6] (ఫ్లయింగ్ ఫిష్) చేసిన శబ్దం అది. పరవమీనులు అంటే అతనికి పిచ్చి. సముద్రంలో అవి అతనికి ఆప్తమిత్రుల్లాంటివి. పిట్టలని చూస్తే అతనికి బాధేస్తుంది. నాజూగ్గా ఉండే రీవపిట్ట[7]లంటే మరీ. రోజంతా వెతుక్కున్నా వాటికి తినడానికి ఏమీ దొరకదు. రాబర్‌లాంటి కొన్ని బలమైన పిట్టలు తప్ప సముద్రం మీద ఎగిరే పిట్టలన్నిటి జీవితం మనుషుల కంటే హీనమైంది. దేవుడు సముద్రాన్ని ఎంత క్రూరంగానైనా మార గలిగేట్టు చేసి, వానకోవెల లాంటి పిట్టల్ని మాత్రం అంత సున్నితంగా ఎందుకు సృష్టిస్తాడో? సముద్రం దయగలది. అందమైంది కూడా. కానీ ఒక్కోసారి అది ఎంత క్రూరంగానైనా మారగలదు. అదీ హఠాత్తుగా! సన్నగా దీనంగా కూస్తూ, ఎగురుతూ, మునుగుతూ, వేటకి తిరిగే సున్నితమైన పక్షులు సముద్రం ముందు చాలా అల్పమైనవి.

అతను సముద్రాన్ని 'లామార్' అని పిలవడానికే ఇష్టపడతాడు. ప్రజలు ఆమెని స్పానిష్‌లో ముద్దుగా అలాగే పిలుచుకుంటారు. సముద్రం అంటే ఎంతో ఇష్టం ఉన్నవాళ్లు కూడా దాని గురించి

---

6 *పరవమీను (flying fish) – నీళ్లలోంచి పైకెగిరి దూకే చేప*

7 *రీవపిట్ట (dark terns) – చిన్న నీటి పిట్టలు*

ఒక్కోసారి చెడుగా మాట్లాడుకుంటారు. వాళ్లమాటల్లో సముద్రం ఎప్పుడూ ఒక స్త్రీలాగే అనిపిస్తుంది. కొందరు బెస్త కుర్రవాళ్లు మాత్రం సముద్రాన్ని సముద్రుడు (ఎల్‌మార్) అనేవాళ్లు. వీళ్లు లంగరుగుర్తుల్ని గాలం వేయడానికి వాడేవాళ్లు. షార్క్ కాలేయానికి బాగా ధర పలికినపుడు మోటారు బోట్లు కొన్నారు. వాళ్లు సముద్రాన్ని ప్రత్యర్థిలానో, ఉత్తి ప్రదేశంలానో లేదా ఒక శత్రువులానో సంబోధించేవారు. కానీ పెద్దాయన మాత్రం సముద్రాన్ని ఎప్పుడు ఏమడిగినా ఇచ్చి అనుగ్రహించే తల్లి అనుకుంటాడు. ఒకవేళ ఆమె క్రూరంగా, దుర్మార్గంగా ప్రవర్తించినా అదామె చేతిలో లేదని సరిపెట్టుకుంటాడు. ఆడవాళ్ల మీదున్నట్టే చంద్రుని ప్రభావం సముద్రం మీద కూడా ఉంటుందని అనుకుంటాడు.

అక్కడక్కడ చిన్నచిన్న అలలు అడ్డొచ్చినా సముద్రం మొత్తంగా ప్రశాంతంగా ఉండటంవల్ల అతను అనుకున్న వేగంతో తెడ్డు వేస్తూ వెళ్లిపోతున్నాడు. మూడొంతులపని ప్రవాహమే చేసుకుపోతుంది. తెలతెలవారుతుండగా, ఆ వేళకి చేరాలనుకున్న దానికంటే ఎక్కువ దూరమే చేరుకున్నట్టు కనపడింది.

వారం రోజులపాటు ఎంత లోతుల్లో వెతికినా ఏం దొరకలేదు, ఇవ్వాళ బొనిటా, అల్బకోర్ చేపల గుంపులు ఉండేవైపు వెళ్తే ఏదైనా పెద్దచేప దొరకొచ్చు అనుకున్నాడు. మరీ పొద్దెక్కే లోపలే ఎరల్ని నీటిలోకి వదిలి అలలతో పాటు తేలుతూ ఉన్నాడు. మొదటి ఎర నీళ్ల అడుగున నలభై బారల లోపల ఉంది. రెండోది డెబ్భై ఐదు బారల అడుగున ఉంది. ఇక మూడోది, నాలుగోది వంద, నూట పాతిక బారల లోతులో చిక్కటి నీలం నీళ్లలో

కలిసిపోయాయి. పచ్చి ఎరలన్నీ తలకిందులుగా గాలపు కొక్కానికి వేలాడదీసి ఉన్నాయి. గాలపుచివర కొక్కెం బయటకి కనిపించినంత మేరా, వంపు తిరిగిన దగ్గర, ములుకు ఉన్న దగ్గరా, అన్నిచోట్లా నూనెకవలు గట్టిగా బిగించి కట్టి ఉన్నాయి. ఎరచేపలకి రెండు కళ్లల్లోనుంచీ తీగలు గుచ్చి ఉన్నాయి. కొక్కానికి అవి వరసలో గుచ్చి ఉండటం వలన అదొక పూలదండలా కనపడుతుంది. ఆ గాలపు కొక్కెం చివర రవ్వంత చోటు కూడా మిగల్లేదు. ఇక పెద్దచేపలకి ఘుమఘుమలు సోకి నోరూరకుండా ఉండటానికి అవకాశమే లేదు.

పిల్లాడు ముసలాయనకి రెండు పచ్చిచేపలు ఇచ్చాడు. అవి ట్యూనా కానీ, ఆల్బకోర్[8] చేపలు కానీ అయుండొచ్చు. బాగా లోతుకి వెళ్లిన రెండు గాలాల చివర్న అవి ఇనపగుళ్లలాగా వేలాడుతున్నాయి. మరొక గాలానికి నీలంచేప[9], బంగారు-వెండిచేప[10] గుచ్చి ఉన్నాయి. అవి ఇదివరకు వాడినవే కానీ మంచి వాసనొస్తూ, మిలమిలా మెరిసిపోతూ ఇంకా పనికొచ్చే లాగా ఉన్నాయి. గాలాల తాళ్లు ఒక్కోటీ ఒక్కో పెద్ద పెన్సిల్‌కి చుట్టినంత మందంగా, పచ్చికట్టెకి చుట్టి ఉన్నాయి. గాలాన్ని నీళ్లలోంచి ఏదైనా తాకినా, లాగినా ఆ పచ్చికట్టె వంగి లోపలికి

---

8 ఆల్బకోర్ (albacore) – ముందుప్రక్క రెక్కలు పొడవుగా ఉండే ట్యూనా జాతి చేప. తినడానికి, చేపలవేట ఆటకి బాగా పనికొస్తుంది.

9 నీలంచేప (blue runner) – దీన్ని bluestripe jack అని కూడా అంటారు. ఇది జాక్ జాతికి చెందిన చేప.

10 బంగారు-వెండిచేప (yellow jack) - దీన్ని coolihoo అనికూడా అంటారు. వెండి రంగులో ఉండి బంగారురంగు మెరుపు కలిగిఉంటుంది.

మునుగుతుంది. గాలాలకి రెండొందల నలభై బారల పొడుగున్న తాళ్లు కట్టి ఉన్నాయి. అవసరం అయితే ఆ తాళ్ల పొడుగు పెంచేందుకు వీలుగా ఇంకొన్ని అదనపు చుట్టలు కూడా ఉన్నాయి. ఒక్కోసారి చేప మూడొందల బారల వరకు తాడు లాగుతుంది.

పడవ పక్కవైపున ఉన్న మూడు గాలం పుల్లలు ఒక్కసారిగా మునిగిలేవడం చూశాడు పెద్దాయన. గాలాలు ఒకే లోతులో, ఉన్నచోటనే ఉండేలాగా తెడ్డు వేస్తూ పడవని నడిపాడు. వెలుతురు విచ్చుకుంది, ఇక ఏ క్షణంలోనైనా పొద్దు పొడవొచ్చు.

సూర్యుడు సముద్రంలోనుంచి కొద్దిగా పైకి లేచాడు. కనుచూపుమేరంతా అలలపైన ఊగుతూ తీరానికి దగ్గరలో ఉన్న పడవలు కొన్ని కనపడుతున్నాయి. ఎండ పదునెక్కి నీటిమీద మెరిసిపోతుంది. సముద్రంమీద పరావర్తనం చెందిన సూర్య కిరణాలు ముసలాయన కళ్లల్లో గుచ్చుకునేసరికి అటువైపు సూటిగా చూడకుండా పడవను నడిపిస్తున్నాడు. వంగి, నీళ్ల చీకటిపొరల్లోకి వెళ్లిన తాళ్లని చూసాడు. నీటి అట్టడుగున ఏ చీకటిపొరల్లో చేపలు ఈదుతాయని అనుకున్నాడో ఆ మట్టానికి అనుకూలంగా ఎరలు వేలాడేటట్టు గాలాన్ని వదిలాడు. వేరేవాళ్లైతే చేపలు అరవై బారల లోతులో ఉంటే, వంద బారల లోతులో ఉన్నాయని తప్పుడు అంచనా కడతారు.

గాలాల్ని ఎంత సరిచూసి వదిలినా చేపలు పడట్లేదు అనుకున్నాడు. కానీ ఎవరికి తెలుసు, ఈ రోజు మంచి జరగొచ్చేమో? నా రాత బాగుండాలి కానీ ఏ రోజైనా ఒకటే.

కానీ అదృష్టం తలుపుతట్టినప్పుడు అందుకోడానికి నేను తయారుగా ఉండాలి.

సూర్యుడు రెండుగంటల్లో వెళ్లాల్సినంత ఎత్తుకి వెళ్లాడు. ఇప్పుడు తూర్పు వైపు చూసినా అతని కళ్లకేమీ ఇబ్బందిగా లేదు. కనుచూపు మేరలో మూడు పడవలు మాత్రమే కనిపిస్తున్నాయి, అవి కూడా ఎక్కడో దూరతీరాల్లో, చిన్నగా.

ఏళ్లతరబడి పొద్దుటెండ నా కళ్లని బాధ పెడుతూనే ఉంది, అయినా నా కళ్లు ఇంకా ఆరోగ్యంగానే ఉన్నాయి. సాయంత్రపు ఎండ ఎంత తీవ్రంగా ఉన్నా నేను సూటిగా చూడగలను కానీ పొద్దుటిపూట చూడటమే కష్టం.

అప్పుడు చూసాడు, నింగిలో చక్కర్లు కొడుతూ అతని కంటే ముందు వెళ్తున్న నల్లటి పొడుగాటి రెక్కలున్న మ్యాన్-ఆఫ్-వార్[11] పక్షిని. రెక్కలు ఏటవాలుగా చాచి గబుక్కున కిందికి దిగి మళ్లీ లేచి చక్కర్లు కొట్టింది.

"ఇది కిందకి దిగడంలో ఏదో మర్మం ఉంది," అనుకున్నాడు. "ఊరికే చూసి పోవడానికైతే దిగలేదిది."

అతను ఆ పక్షి చక్కర్లుకొట్టే వైపుగా నిదానంగా, స్తిమితంగా తెడ్డు వేస్తున్నాడు. తొందర పడకుండా గాలాల్ని నిటారుగా ఉంచుతూ, గాలం వదలడానికి వీలుగా ప్రవాహం లోకి వెళ్లాడు. కానీ ఆ పక్షిని అనుసరిస్తూ వెళ్లకపోతే ఇంకాస్త

---

11 *మ్యాన్-ఆఫ్-వార్ (man-of-war bird) - Frigate bird, పొడవైన రెక్కలు, కొక్కెం లాంటి పదునైన ముక్కు ఉంటుంది. గాల్లో మిగతా పక్షుల్ని పీడించి వాటి ఆహారాన్ని దొంగిలించే పక్షి.*

నిదానంగా వెళ్లేవాడేమో.

పక్షి గాల్లో ఇంకాస్త ఎత్తుకు ఎగిరి మళ్లీ చక్కర్లు కొట్టింది. దాని రెక్కలు కదలకుండా ఆగిపోయాయి. హఠాత్తుగా అది కిందకి దూసుకొచ్చింది. ఆ క్షణంలో పెద్దాయనకి నీళ్లలోనుంచి పైకెగిరి గింజుకుంటూ పైపైన తేలిపోతున్న పరవమీను చేప కనపడింది.

"డాల్ఫిన్, చాలా పెద్ద డాల్ఫిన్," ముసలాయన గట్టిగా పైకే అన్నాడు.

పెద్దాయన తెడ్డువేయడం ఆపి పడవ అనీం నుండి చిన్న గాలాన్ని తెచ్చాడు. దాని చివర మరీ పెద్దదికాని గాలపు కొక్కెం, ఆ కొక్కేనికి తేలిగ్గా తాడు బిగించడానికి వీలుగా ఒక తీగ ఉన్నాయి. ఆ గాలపు కొక్కేనికి ఒక నూనెకవను గుచ్చాడు. ఆ గాలాన్ని పడవ పక్కనుండి తీసుకుంటూ వెళ్లి వెనకభాగంలో ఉన్న ఒక గుండుచీలకి కట్టాడు. తర్వాత ఇంకో గాలానికి ఎరను కట్టి, తాడుని చుట్టలా చుట్టి అనీం నీడలో పెట్టాడు. నీళ్లమీద తిరుగుతున్న పక్షిని చూస్తూ వెనక్కివెళ్లి తెడ్డు వేయడం మొదలుపెట్టాడు. పొడవు రెక్కల నల్లపక్షి ఇప్పుడు నీళ్లకి ఇంకొంచెం దగ్గరగా వెళ్లి దాని పని అది చేసుకుంటుంది.

ఆ పక్షి అతను చూస్తుండగానే ఏటవాలుగా రెక్కల్ని చాచి టపటపా కొడుతూ నీళ్లలో మునకేసి పరవమీనుల వెనకే వెళ్తుండగా, ఉబికిన నీటిలోంచి పెద్ద డాల్ఫిన్ పైకి రావడం కనపడింది. చేపలు పైన ఎగురుతుండగా, డాల్ఫిన్‌లు నీటి అడుగున వేగంగా ఈదుతూ, అవి జారిపడగానే వాటిని పట్టుకుంటాయి. ఇదొక పెద్ద డాల్ఫిన్‌ల గుంపు అనుకున్నాడతను. డాల్ఫిన్లు అంతటా విస్తరించి ఉండటం వల్ల పరవమీనులకి

తప్పించుకునే వీల్లేదు. పరవమీనులు పెద్దగా ఉండి వేగంగా వెళ్తుండటం వల్ల ఆ పక్షికి అవి దొరికే అవకాశమే లేదు.

పదే పదే ఎగిరిపడే పరవమీనుల్ని, వాటిని పట్టుకోలేని పక్షుల విఫల ప్రయత్నాల్ని ఆయన చూస్తున్నాడు. "ఈ డాల్ఫిన్ల గుంపు నానుంచి తప్పించుకుంది," అనుకున్నాడు. అవి చాలా తొందరగా, చాలా దూరం వెళ్లిపోతున్నాయి. నేను ఏదైనా వెనకబడ్డ చేప వెంట వెళ్లడం నయమేమో. నాకు దొరకాల్సిన పెద్దచేప ఆ గుంపు దగ్గర్లోనే ఎక్కడో ఉందేమో."

నేలని కప్పేస్తున్నట్టున్న మబ్బులు ఇప్పుడు కొండల్లా కమ్ముకొస్తున్నాయి. బూడిదరంగు కొండల నేపథ్యంలో సముద్ర తీరమంతా ఒక పొడవాటి ఆకుపచ్చరేఖలా ఉంది. అక్కడికొచ్చాక సముద్రపు నీళ్లు బాగా చిక్కగా, నీలంగా, దాదాపు ఊదాలాంటి నీలంలోకి మారాయి. ముసలాయన తొంగి చూస్తే నీటిమీద కదుల్తున్న ఎర్రటి సముద్రపు నాచు, దానిపైన వింతగా మెరుస్తున్న సూర్యకాంతి కనపడ్డాయి. అతనికి హుషారొచ్చింది. తన గాలాల్ని సరిచూసుకుని వాటిని నేరుగా నీటి అడుక్కి వెళ్లేలాగా వదిలాడు. అక్కడ అంత నాచు సుళ్లు తిరుగుతుందంటే ఖచ్చితంగా చేపలు ఉంటాయని అతనికి తెలుసు. పైకెళ్లిన సూర్యుడి కాంతి నీటిమీద పడినదాన్ని బట్టి చూస్తే వాతావరణం అనుకూలంగా ఉందనిపిస్తుంది. నేలమీద తారాడే మబ్బుల నీడలు కూడా అదే సూచిస్తున్నాయి. కానీ ఇందాకటి పక్షి మాత్రం ఇప్పుడు కనపడట్లేదు. ఎండకి తెల్లగా పాలిపోయిన పసుపురంగు సర్గాసో నాచు తప్ప నీళ్లమీద పెద్దగా ఏమీ కనిపించడంలేదు. నాచుతో పాటుగా వంగపండురంగులో, పూర్తిగా ఎదిగి, జిగురుజిగురుగా,

బహువర్ణధారిలా కనిపిస్తున్న పోర్చుగీసు మ్యాన్–ఆఫ్–వార్[12] తిత్తి పడవపక్కన తేలుతుంది. ఒకసారి పక్కకి పొర్లి మళ్లీ సర్దుకుందది. అది ఒక బుడగలా ప్రసన్నంగా తేలుతూ వెళ్తుంటే వెనకాల గజం పొడుగునా వేలాడుతూ దాని ప్రాణాంతకమైన వంగపండు మీసాలు వస్తున్నాయి.

"జెల్లిచేప!"

"ఛూ, రంకులాడి!" అన్నాడతను.

అతను తెడ్డు వేస్తూ కొద్దిగా కిందకి వంగి చూశాడు. నీటిమీద తేలుతున్న బుడగ నీడలో దాని పొడుగు మీసాల మధ్య ఈదుతూ చిన్న చిన్న చేపపిల్లలు కనపడ్డాయి. ఆ చేపలమీద దాని విషం పనిచెయ్యదు కానీ మనుషుల మీద పనిచేస్తుంది. ఒక్కోసారి ఆ వంగపండురంగు మీసాలు గాలపుతాడుకి జిగురుగా అతుక్కుని తాడు పైకి లాగినప్పుడు చేతులకు తగిలి కుడతాయి. జాలరిపని వల్ల అతనికి చేతులమీదంతా విషపు ఆకుల్ని, తీగల్ని తాకినపుడు వచ్చేలాంటి మచ్చలు నిండిపోయాయి. ఐతే ఈ జెల్లీచేపల విషం మాత్రం కొరడాదెబ్బల్లా వాడిగా తాకి మచ్చల్ని మిగులుస్తుంది.

ఆ పంచవన్నెల బుడగలు చాలా అందంగా ఉన్నాయి కానీ సముద్రంలో కనపడేవాటన్నిట్లోకి కపటమైనవి అవే. ఆ బుడగల్ని పెద్దపెద్ద సముద్రపు తాబేళ్లు మింగేటప్పుడు చూడటం అతనికిష్టం. తాబేళ్లు వాటిని చూసి ఎదురుగా వచ్చి కళ్లు మూసుకుంటాయి. అప్పుడు వాటి వీపుమీది గట్టిచిప్ప తప్ప ఏం కనిపించదు. అట్లా

12 పోర్చుగీసు మ్యాన్–ఆఫ్–వార్ (Portuguese man-of-war) – జెల్లీచేపలా ఉంటుంది. స్పానిష్‌లో agua mala అంటారు. agua mala అంటే చెడునీరు అనే అర్థం ఉంది.

కనపడకుండా ఉంటూ ఎదురొచ్చిన వాటిని పూర్తిగా తినేస్తాయి. అలా తినేటప్పుడు చూడటం అతనికి ఇష్టం. తుఫాను తర్వాత జెల్లీచేపల డిప్పలు ఒడ్డుకి కొట్టుకొస్తాయి. ఇసకలో ఆ డిప్పలపైన అడుగులేస్తూ నడవడం ముసలాయనకిష్టం. అతని గరుకు బూట్ల కింద పడి అవి చేసే టప్ టప్ మనే చప్పుడు అతనకి వినసొంపుగా ఉంటుంది.

ఆకుపచ్చ తాబేళ్లు, హాక్-బిల్ జాతి తాబేళ్లు అందంగా, కుదురుగా ఉంటాయని, విలువైనవని అవంటే అతనికి ఇష్టం. పసుపు రంగు కవచంలాంటి చర్మంతో, ఒక వింత పద్ధతిలో రమించే లాగర్‌హెడ్ తాబేళ్లని చూస్తే అతనికి కాస్త అలక్ష్యం అనేమాట నిజమే. అవి కళ్లు మూసుకుని పోర్చుగీసు మ్యాన్-ఆఫ్-వార్ బుడగల్ని హాయిగా తినేటపుడు చూసినా అలాగే అనిపిస్తుంది.

సంవత్సరాల తరబడి తాబేళ్ల వేటకి వెళ్లినా అతనికి తాబేళ్లంటే ప్రత్యేకమైన అభిమానం ఏంలేదు. టన్ను బరువుండి, పడవంత పొడుగున్న ట్రంక్ బ్యాక్ తాబేళ్లని చూస్తే జాలేసేది. తాబేళ్లని కత్తితో కోసి ముక్కలు చేశాక కూడా వాటి గుండె గంటల తరబడి కొట్టుకుంటూనే ఉంటుంది, అయినా కూడా చాలామందికి తాబేళ్లంటే జాలీ పాడూ ఏం ఉండదు. కానీ ముసలాయనకి మాత్రం వాటి గుండె, కాళ్లు, చేతులు కూడా అచ్చం తన అవయవాల్లాంటివే అనిపిస్తుంది.

అతను సత్తువ కోసం తెల్ల గుడ్లని తినేవాడు. సెప్టెంబర్ అక్టోబర్ లో పెద్ద చేపల్ని పట్టాలంటే బలం కావాలని ముసలాయన మే నెలంతా ఎక్కువగా గుడ్లే తినేవాడు.

గుడిసెలో ఒక మూల జాలర్లందరూ సామాన్లు దాచుకునే చోటు ఒకటుంది. అక్కడ ఒక డ్రమ్ములో నిలువ ఉన్న షార్క్ లివర్ నూనెని రోజుకొక కప్పు తాగేవాడు. జాలర్లెవరైనా సరే అక్కడికొచ్చి ఆ నూనె తీసుకోవచ్చు. చాలా మందికి అది రుచించేది కాదు. ఐతే పొద్దుపొద్దున్నే వేటకోసం నిద్రలేవగా లేనిది ఆ నూనె తాగడం అంత పెద్ద కష్టం కాదు. అది తాగడం వలన ఇంకో ఉపయోగం ఏంటంటే- జలుబులు, ఫ్లూ జ్వరాలు రాకుండా అది మందులా పనిచేస్తుంది. కంటిచూపు మెరుగవ్వ డానికి కూడా పనికొస్తుంది.

ముసలాయన పైకి చూస్తే మళ్లీ చక్కర్లు కొడుతున్న పక్షి కనపడింది.

"దానికి చేప దొరికింది," పైకే అన్నాడు. ఆ చుట్టు పక్కల ఎరలు చల్లిందేంలేదు, నీటి ఉపరితలాన్ని చీల్చుకుని పరవ మీనులు పైకి ఎగిరిందీ లేదు. కానీ, చిన్నచిన్న ట్యూనా చేపలు గాల్లోకి ఎగిరి, తలకిందులుగా మళ్లీ నీళ్లలో పల్టీ కొట్టడం చూసాడు పెద్దాయన. ఒక ట్యూనా చేప ఎండలో తన వెండి మెరుపు చూపించి తిరిగి నీళ్లలోకి దూకింది. ఇంకోటి కూడా అలాగే పైకెగిరింది. తర్వాత ఇంకోటి, ఇలా ఒకదానితర్వాత మరోటి అన్ని చోట్లనుంచీ నీళ్లను గిలకొట్టినట్టు పైకెగిరిపడుతూ, ఎర వెనక పెద్ద గంతులతో ఎగురుతూ దూకుతున్నాయి. అన్నీ ఒక వలయంలా తిరుగుతూ ముందుకెళ్తున్నాయి.

అవి అంత వేగంగా వెళ్లకపోతే వాటి మధ్యలో దూరుదా మనుకున్నాడు. ఆ గుంపు వేస్తున్న గెంతులకి నీళ్లన్నీ తెల్లగా మెరవడాన్ని గమనించాడు. పక్షి కొద్దికొద్దిగా కిందకు దిగుతూ,

గాబరాగా నీళ్లపైకొచ్చిన ఆ చేపలగుంపులోకి ముక్కును ముంచింది.

"నాకు సహాయం చేయడానికే వచ్చింది ఆ పక్షి," అన్నాడు పెద్దాయన. అంతలోనే అతని కాలి కిందున్న తాడుచుట్ట బిగువెక్కినట్టయింది. అది పడవ వెనకవైపు గాలానికి కట్టిన తాడుచుట్ట. వెంటనే తెడ్లు వదిలేసి ఆ తాడుని జాగ్రత్తగా పట్టుకుని లాగడం మొదలుపెట్టాడు. తాడు కంపిస్తున్నట్టు, రూపాయిబిళ్లంత బరువున్న ట్యూనాచేపను లాగుతున్నట్టు అనిపించింది అతనికి. లాగుతున్నకొద్దీ తాడులో కంపనం పెరుగుతుంది. బంగారురంగు వారలతో, నీలంరంగు వీపుతో, నీళ్లలోంచి పైకి లేస్తున్న చేప అప్పుడు కనిపించింది. ఒక ఊపులో దాన్ని లాగి పడవలో పడేసాడు. అది పడవ వెనక ఎండలో పడింది. చిన్న, తూటా ఆకారంలో ఉన్న కళ్లతో బేలగా చూస్తూ, తోక వడిగా కదిలిస్తూ, అది బలంగా పడవ గోడలకు కొట్టుకుంటుంది. దాని బాధ చూడలేక పెద్దాయన దాని తలమీద ఒక్కటి బాదాడు. పడవ వెనక నీడలో అదింకా కొట్టుకుంటూనే ఉంది.

"ఆల్బకోర్ జాతిది, పది పౌండ్లకి తక్కువుండదు. దీన్ని ఎరలాగా హాయిగా వాడుకోవచ్చు," అనుకున్నాడు ముసలాయన.

ఒక్కడే ఉన్నప్పుడు తనతో తను పెద్దగా మాట్లాడుకోడం ఎప్పట్నుంచి అలవాటో గుర్తులేదు. గతంలో ఐతే ఒంటరిగా ఉన్నప్పుడు పాటలు పాడుకునేవాడు. చిన్న దోనె పడవలో వేటకెళ్లినప్పుడు చుట్టు పక్కల చూస్తూ పాటలు పాడుకునేవాడు. బహుశా పిల్లాడు తనతోపాటు వేటకి రావడం మానేశాక అతనికి ఇలా పాడుకోవడం అలవాటైనట్టుంది. అది కూడా స్పష్టంగా గుర్తులేదు. కానీ, వాళ్లిద్దరు కలిసి వెళ్లినప్పుడు కూడా మరీ

అవసరమైతే తప్ప మాట్లాడుకునేవాళ్లు కాదు. ఎప్పుడైనా రాత్రి వేళల్లోనో, తుఫాను రాబోతుంది అనిపించినప్పుడో పలకరించు కునేవాళ్లు. సముద్రంమీద ప్రయాణం చేసేటప్పుడు అనవసరంగా మాట్లాడకపోవడం మంచి లక్షణం అని నమ్మేవాళ్లు. ముసలాయన దాన్ని తూచా తప్పకుండా పాటించేవాడు. ఇప్పుడు మాత్రం అతనికి ఏం అనిపిస్తే అది బయటికే అంటున్నాడు, ఎలాగూ ఒక్కడే ఉన్నాడు కాబట్టి, పక్కవాళ్లని విసిగిస్తాడేమో అనే భయం లేదు.

అతను మళ్లీ పెద్దగా అన్నాడు, “నేనిలా నాలో నేను మాట్లాడుకోవడం ఎవరైనా వింటే గనక నాకు పిచ్చనుకుంటారు. ఐనా నాకేం? సుబ్బరంగా ఉన్నాను. ఎవరేమనుకున్నా పట్టించు కోను. డబ్బున్న వాళ్లకైతే పడవలో వినేందుకు, బేస్‌బాల్ విశేషాలు తెలుసుకునేందుకు రేడియోలుంటాయి.”

ఐనా ఇది బేస్‌బాల్ గురించి ఆలోచించే వేళ కాదు, ఇప్పుడు ఒకే ఒక్క విషయం మీద మనసు లగ్నం చెయ్యాలి. అసలా ఒక్క పనికోసమే నేను పుట్టి పెరిగింది. ఆ కనపడుతున్న నీటిపాయలో ఒక పెద్ద చేప ఉందేమో కనిపెట్టాలి, అనుకున్నా డతను. గుంపునుంచి తప్పిపోయిన ఆల్బకోర్‌ని చూసి నేనిలా అనుకుంటున్నాను కానీ, నీటిపైన మసలే జీవులన్నీ ఇవ్వాళెందుకో ఈశాన్యం దిక్కువైపు త్వరత్వరగా ఈదుకు పోతున్నాయి. ఈ వేళప్పుడు అవట్లా వెళ్లడం సహజమేనా లేక ఇందులో నాకు తెలీని వాతావరణ సూచన ఏమైనా ఉందా?

ఇప్పుడతనికి తీరపు ఆకుపచ్చ రంగు కనపడటం లేదు. మంచుపూత పూసినట్టున్న నీలికొండల అంచులు, వాటిపైన

మంచుకొండల్లాగా తారట్లాడే మబ్బులు మాత్రమే అతనికి కనపడుతున్నాయి. చిక్కటి సముద్రం మీద కాంతి పరచుకుని అద్దంపలకల్లా కనిపిస్తుంది. తరగలమీద నూగులా కొట్టుకొచ్చే చిన్నాచితకా జలచరాలన్నీ మిట్టమధ్యాహ్నపు ఎండదెబ్బకి కనపడకుండా పోయాయి. ముసలాయన నీళ్లల్లో దాదాపు ఒక మైలులోపలికి గాలాల్ని వదిలి, నీళ్లమీద మెరుస్తున్న కాంతి పలకల్ని చూస్తున్నాడు.

ట్యూనా జాతి చేపలన్నిటినీ కలిపి జాలర్లు "ట్యూనా" అనే పిలుస్తారు. వాటిని సంతలో పెట్టినప్పుడో, ఎరలకోసం అమ్మజూపి నప్పుడో తప్ప వాటి అసలు పేర్లతో పిలవరు. ఆ చేపలు ఇప్పుడు చాలా లోతుకి వెళ్లిపోయాయి. ఎండ మాడిపోతుంది. ముసలాయనకి మెడవెనక వేడిగా అనిపించింది, తెడ్డు వేస్తుంటే వీపు మీద చెమటలు కారిపోయాయి.

ప్రవాహంతో పాటు పడవ దానికదే వెళ్లిపోతుంది. ఒక నిద్ర తీయొచ్చు. గాలాన్నుంచి వచ్చిన దారాన్ని కాళ్లకి ఉచ్చులా చుట్టుకుంటే అదే నిద్ర లేపేస్తుంది. ఈ రోజుకి ఎనభై ఐదు రోజులు, రోజంతా అప్రమత్తంగా ఉండి చేపలు పట్టాలి అను కున్నాడు.

సరిగ్గా అప్పుడు, గాలాల్ని కట్టిన పచ్చికర్రల్లో ఒకటి ఒక్కసారిగా వంగిపోవడం చూసాడు.

"ఆహా, అనుకుంటూ పడవకు తగలకుండా జాగ్రత్తగా తెడ్లని పడవలోకి లాగాడు. కుడిచేత్తో దారాన్ని సుతారంగా బొటనవేలు చూపుడు వేలు మధ్య పట్టుకుని చూసాడు. ఆ దారంలో ఎలాంటి బిగువుగానీ బరువుగానీ ఉన్నట్టు అనిపించలేదు. దారాన్ని ఇంకా

అలాగే పట్టుకున్నాడు. ఆ చేప మళ్లీ వచ్చినట్టుంది. మరీ అంత బలంగా కాదు గానీ ఈసారి అది కొద్దిగా లాగినట్టు అనిపించింది. అది ఎలాంటి చేపై ఉంటుందో అతనికి తెలిసిపోయింది. వంద బారల లోతులో, గాలం కొనకున్న నూనెకవని ఒక మార్లిన్ చేప తింటున్నట్టుంది. గాలపు చివర ప్రత్యేకంగా బిగించిన కొక్కెం ఒక చిన్న ట్యూనా చేప తలలోనుంచి గుచ్చిఉంది.

ఎడమచేత్తో గాలాన్ని సున్నితంగా కదలకుండా పట్టుకుని కర్రనుంచి తప్పించాడు. చేపకు బిగువు తెలియనీయకుండా ఇప్పుడు దారాన్ని చేతివేళ్లతో జాగ్రత్తగా వదులుచేయవచ్చు.

ఈ నెలలో, అందులోనూ తీరానికి ఇంత దూరంలో ఉందంటే ఇది చాలా పెద్దచేపే అయ్యుంటుంది అనుకున్నాడు. తినుతిను చేపా, ఎరల్ని తిను. దయచేసి తినవా?

ఎరలు తాజాతాజాగా ఉన్నాయి, నువ్వెక్కడో ఆరువందల అడుగుల దూరంలో చీకట్లో, చల్లటి నీళ్లల్లో ఉన్నావు. ఆ చీకట్లో వెనక్కి తిరిగొచ్చి ఇంకోసారి వాట్ని తిను. ముందు చిన్నగా లాగినట్టు అనిపించింది అతనికి. ఆ తర్వాత గట్టిగా. నూనెకవ తలని కొక్కెం నుండి విడిపించడం కష్టం అవుతున్నట్టుంది దానికి. అంతలోనే మళ్లీ ఇప్పుడు ఎలాంటి బిగువు లేదు దారంలో.

“ఇదిగో ఇలారా,” అని పెద్దగా అన్నాడు ముసలాయన. “ఇంకోసారి తిరిగి రా, ఉత్తినే వాసన చూడ్డానికైనా రా. ఏం, అవి అందంగా లేవా? వాటిని బాగా తిను. అక్కడ చల్లటి, తాజా ట్యూనా కూడాఉంది నంజుకోడానికి. ప్రేమగా తిను. మొహమాట పడకు పెద్ద చేపా. తిను వాట్ని.”

బొటనవేలు చూపుడువేలు మధ్య దారాన్ని పట్టుకుని

ఎదురుచూస్తున్నాడు. అదేసమయంలో వేరే గాలాల్ని చేపలేమైనా కిందికి లాగాయా అని కూడా గమనిస్తున్నాడు. అప్పుడు మళ్లీ తను పట్టుకున్న దారాన్ని ఏదో చిన్నగా లాగినట్టు అనిపించింది.

"తినాల్సిందే, దేవుడా అది ఎలాగైనా తినేట్టు చూడు," అనుకున్నాడు.

అయినా అది తినలేదు. దారంలో బిగువు పోయింది. చేప వెళ్లిపోయినట్టుంది.

"వెళ్లిపోడానికి వీల్లేదు, అది వెళ్లిపోడానికి వీల్లేదని దేవుడికి తెలుసు, తిరిగొస్తుంది. అది అంతకుముందు ఎప్పుడైనా గాలానికి చిక్కుకుందేమో. ఆ విషయమింకా దానికి గుర్తుండి ఉంటుంది."

అప్పుడు దారంలో బిగువును గమనించాడు. చాలా సంతోషం కలిగింది అతనికి.

"అదిగో, అది తింటుంది," అన్నాడు.

తాడుని ఏదో మెల్లగా కిందకి లాగినట్టనిపించి సంతోష పడ్డాడు. మరుక్షణంలోనే ఏదో గట్టిగా, నమ్మలేనంత బరువుగా అనిపించింది. తనదగ్గర ఉన్న తాళ్ల చుట్టల్లోంచి రెండింటిని బయటికి తీసి మెల్లగా విప్పుతూ ఇంకా ఇంకా లోనికి వదలసాగాడు. అతని వేళ్ల మధ్యనుంచి మెల్లమెల్లగా తాడు జారుతూ వెళ్తున్న కొద్దీ అతనికి బరువు మరింతగా పెరుగు తున్నట్టు అనిపించింది. తాడు లాగడం వల్ల అతని బొటన వేలూ, చూపుడు వేలూ మొద్దుబారిపోయాయి. "భలే చేప, నోటి రెండు చివర్లలో ఎరని పెట్టుకుని దాంతో పాటే కదిలిపోతుంది." అనుకున్నాడు ముసలాయన.

ఇప్పుడది పక్కకి తిరిగి ఎరని మింగేస్తుందేమో అనుకున్నాడు. మంచి మాటలు పైకంటే జరగవేమోనని ఆ మాటని బయటి కనలేదు. అది చాలా భారీ చేప అని అతనికి తెలుసు. ఎరగా వేసిన ట్యూనా చేపని ఒక మూలన పట్టుకుని చీకట్లో కదుల్తూ వెళ్లిపోవడం అతని ఊహలో మెదుల్తుంది. ఒక క్షణం పాటు అది కదలటం ఆగినట్టు అనిపించింది, కానీ బరువు తెలుస్తూనే ఉంది. బరువు కాస్త పెరగ్గానే మరికొంచెం తాడుని వదిలాడు. బొటనవేలు, చూపుడువేలు మధ్య మరోసారి పట్టు బిగించాడు. బరువెక్కువై సూటిగా లోపలికి వెళ్లిపోతుంది తాడు.

"అది నోటితో ఎరని పూర్తిగా అందుకున్నట్టుంది, మొత్తం తిననియ్యాలి ఇక," అన్నాడు.

ఒకవైపు తాడుని వేళ్లతో వదులుతూనే, ఎడమచేత్తో అక్కడున్న రెండు అదనపు తాడుచుట్టల కొసలని కలిపి సిద్ధంచేసాడు. ఇప్పుడు గాలానికున్న తాడు కాకుండా నలభై బారల చుట్టలు ఇంకో మూడు సిద్ధంగా ఉన్నాయి.

"ఇంకొంచెం తినమ్మా, తిను," అన్నాడు.

"గాలం చివరన ఉన్న పదునైన కొక్కెం నీ గుండెల్లో గుచ్చుకుని నువ్వు చచ్చేవరకు తిను," అనుకున్నాడు మనసులో. పైకొచ్చేయ్! పంట్రకోలతో నిన్ను పొడవనీ. సరే! సిద్ధంగా ఉన్నావా? తీరిగ్గా భోంచేశావా?

"ఇప్పుడే రా!" అంటూ పెద్దగా అన్నాడు. రెండు చేతుల్తో మూరెడు మూరెడు తాడును లాగుతూ, ఒకసారి ఒక భుజాన్ని ఇంకోసారి మరోభుజాన్ని వాడుతూ, శరీరపు ఒడుపుని ఆధారంగా చేసుకుంటూ బలంగా తాడుని భుజాలకు చుట్టుకున్నాడు.

ఇంత చేసినా ఏం జరగలేదు. చేప మెల్లిమెల్లిగా దూరం వెళ్లిపోయింది. అతని గాలానికున్న తాడు దృఢమైనదే, ఇలాంటి భారీ చేపల్ని పట్టడానికి వాడేదే అయినా పెద్దాయన దాన్ని ఒక్క అంగుళం కూడా పైకి లాగలేకపోయాడు. తాడు బిగుసుకుని దానికంటుకున్న నీళ్లు పూసల్లా రాలేవరకు ఆ తాడుని వీపుమీదుగా పట్టుకుని ఉన్నాడు. అప్పుడా చేప నీళ్లలో బుసకొట్టడం మొదలుపెట్టింది. అతను తన ఒంటిని తెరచాప కొయ్యకి కలిపి కట్టేసుకుని తాడునింకా పట్టుకునే ఉన్నాడు. అవతలివైపు చేప బలంగా లాగుతున్నకొద్దీ వెనక్కి వంగి కదలకుండా నిలదొక్కుకున్నాడు. పడవ మెల్లగా వాయువ్యం వైపుకి కదిలిపోతుంది.

చేప నిమ్మళంగా వెళ్తుంది. నిశ్చలంగా ఉన్న నీళ్లపైన చేపతో పాటు ముసలాయన నెమ్మదిగా సాగిపోతున్నాడు. మిగతా ఎరలన్నీ ఇంకా నీళ్లలోనే ఉన్నాయి. ఇక ఆ సమయంలో పెద్దగా చేసేదేం లేదు.

"పిల్లాడు కూడా నాతో ఉంటే బాగుండు," అని పైకే అనుకున్నాడు ముసలాయన. ఇవ్వాళ ఈ చేప నన్ను ఈడ్చుకు పోతుంది, నేనొక లాగుడుకొయ్య లాగా నిలబడాల్సొచ్చింది. ఒకవేళ నేను గాలపు తాడుని గట్టిగా లాగిపట్టుకుంటే అది తెంపేసేది. తాడుని పట్టుకోగలిగినంత సేపు ఇలా మెల్లగా పట్టుకుని, దానికి కావాల్సినప్పుడు కావలసినంత తాడుని వదలాల్సిందే. దేవుని దయవల్ల అదిప్పుడు లోతుల్లోకి వెళ్లకుండా ముందుకెళ్తుంది.

అది గనక నీళ్లలో లోతుకి వెళ్లాలనుకుంటే నేనేం చెయ్యాలో తెలీదు. ఒకవేళ అది నీళ్ల లోతుల్లోకి వెళ్లి ప్రాణాలువదిలితే ఏం

చెయ్యాలో తెలీదు. కానీ ఏదో ఒకటి చేస్తాను. ఇంకా నాకు చాలా దార్లున్నాయి.

వీపుకి తన్నిపెట్టి తాడుని పట్టుకున్నాడు. తాడు ఏటవాలుగా నీళ్లలో కదలడాన్ని, పడవ నిదానంగా వాయువ్య దిక్కువైపు వెళ్లడాన్ని చూస్తున్నాడు.

ఈరకంగా ఈదుకుంటూ వెళ్తే అది కచ్చితంగా చచ్చి ఊరుకుంటుంది, ఇంకెంతో సేపు ఇట్లా పారిపోలేదు అనుకున్నాడు. కానీ మరో నాలుగు గంటలు గడిచినా అది పట్టు వదలకుండా సముద్రం మీద ఈదుతూ పడవని లాక్కుపోతూనే ఉంది. అతనింకా వీపుకి తాడుని గట్టిగా బిగించి కట్టుకునే ఉన్నాడు.

“దీన్ని మధ్యాహ్నం అనగా పట్టాను. ఇప్పటిదాకా కంటికి కూడా కనపడలేదు,” అన్నాడు.

ఎప్పుడో ఆ చేప గాలానికి చిక్కకముందు ఎండుగడ్డి టోపీని తల మీద గట్టిగా ఒత్తి పెట్టుకున్నాడు. అది ఇప్పుడు నుదుటిని ఒరుసుకుపోతుంది. అతనికి దాహంగా కూడా ఉంది. జాగ్రత్తగా గాలాలు ఏమాత్రం ఊగిపోకుండా మోకాళ్లమీద దేక్కుంటూ పడవ ముందుభాగానికి వెళ్లి నీళ్ల సీసాని ఒక చేత్తో అందుకున్నాడు. సీసా మూతతీసి గుక్కెడు నీళ్లు తాగాడు. తర్వాత, పైకెత్తని తెరచాపమీద కూర్చుని పడవ అనీంకి వీపు ఆనించాడు. ఏం ఆలోచించకుండా ఓర్పుగా ఉండటానికి ప్రయత్నిస్తున్నాడు.

ఓసారి వెనక్కి చూశాడు. భూమి ఛాయామాత్రంగా కూడా కనిపించడం లేదు. కనిపించకపోతేనేం, హవానా వెలుగుల్లోకి ఎప్పుడైనా తిరిగి వెళ్లొచ్చు అనుకున్నాడు. ఇంకా మూడు గంటల్లో సూర్యుడు అస్తమిస్తాడు. కానీ ఈలోపే చేప పైకి రావొచ్చు. లేదంటే

చంద్రోదయంతోనో, మహా అయితే రేపటి సూర్యోదయంతోనో రావొచ్చు. నాకేం, ఎలాంటి నొప్పులు లేవు, కావలసినంత శక్తి కూడా ఉంది. ఏమైనా ఉంటే గింటే నోట్లో గాలం చిక్కుకున్న ఆ చేపకే ఉండాలి. కానీ అంత బలంగా లాగుతుందంటే దాన్ని మెచ్చుకోవాలి. కొక్కెం తీగ దాని మూతిని గట్టిగా పట్టేసి ఉంటుంది. నేను చూడగలిగితే బాగుండు, నాతో పోరాడుతున్నది ఏంటో తెలుసుకోడానికైనా ఆ చేపని ఒక్కసారి చూడగలిగితే బాగుండు.

అతను చుక్కల్ని చూసి కట్టిన లెక్క ప్రకారం, ఆ రాత్రంతా చేప దాని దిశను, వేగాన్ని ఏమాత్రం మార్చుకోలేదు. పొద్దు గుంకాక చలి మొదలైంది. పెద్దాయన వీపు, భుజాలు, కాళ్ల మీద పట్టిన చెమటంతా ఇప్పుడు ఆరిపోయి చల్లగా అట్టలు కట్టింది. ఎరలడబ్బాకు చుట్టిన గోనెసంచిని తీసి పగలు ఎండలో ఆరబెట్టాడు. సూర్యుడు వెళ్లిపోయాక, దాన్ని వీపుమీద వేలాడేటట్టు మెడకు కట్టుకుని, మెల్లగా తన భుజాలచుట్టు చుట్టుకుని ఉన్న తాడు లోపలినుంచి గోనెసంచిని కిందికి లాగి సరిచేసుకున్నాడు. వీపుమీద సంచి మెత్తగా ఉండటం వలన తాడు ఒత్తుకుపోకుండా ఉంటుందని, అనీంకి ఎదురుగా తన్నిపెట్టి నిలబడటం వలన తాడు లాగడం మరీ కష్టం కాదని తెలుసుకున్నాడు. నిజానికి ఇలా నిలబడటం కూడా కష్టమే కానీ అతనికి అది ఇంచుమించు హాయిగానే అనిపించింది.

ఈ చేప ఇలాగే ఉంటే దాన్ని నేనేం చేయలేను, అది కూడా నన్నేం చేయలేదు అనుకున్నాడు.

అలా నిలబడే పడవ బయట మూత్రం పోయడం కానిచ్చేసి, చుక్కల్ని చూస్తూ తన మార్గాన్ని సరిచూసుకున్నాడు. అతని

భుజాలమీంచి నేరుగా వెళ్తున్న తాడు, నీళ్లలో వెలుగుతున్న రేఖలా అగుపించింది. వాళ్లిపుడు నెమ్మదిగా వెళ్తున్నారు. హవానా దీపాలు ఇప్పుడు మసగ్గా కనిపించడం వల్ల, ప్రవాహం తమని తూర్పు వైపుకి తీసుకెళ్తుంది అనుకున్నాడు. ఒకవేళ హవానా వెలుగులు పూర్తిగా కనిపించకుండాపోతే మనం తూర్పు వైపు వెళ్తున్నట్టు లెక్క అనుకున్నాడు. చేప ఇలాగే వెళ్తే దాన్ని చూడటానికి ఇంకా చాలా గంటలు పట్టొచ్చు. అవునూ, ఈ రోజు బేస్‌బాల్ గ్రాండ్ లీగ్‌లో ఏమవుతుందో, ఒకసారి ఆటని రేడియోలో వింటే బాగుండు అనుకున్నాడు. కానీ వెంటనే, ఎప్పుడూ అనుకున్నట్టే, ఇప్పుడు చేస్తున్న పని సంగతి ముందు చూసుకోవాలి, ఇప్పుడు ఎలాంటి తెలివితక్కువ పనులు చేయకుండా ఉంటే చాలు అనుకున్నాడు.

"ఇదంతా చూడటానికి, నాకు సహాయం చేయడానికి ఇప్పుడు పిల్లాడుంటే బాగుండేది," అని పైకే అనుకున్నాడు.

"ఎవరూ ముసలితనంలో ఒంటరిగా ఉండకూడదు, కానీ అది అనివార్యం," అనుకున్నాడు. "పాడవకముందే ట్యూనాను తినాలి. సత్తువ కాపాడుకోవడం కోసం అది అవసరం. నీకు ఎంత తినడం ఇష్టం లేకపోయినా పొద్దున్నే తినాలి. గుర్తుపెట్టుకో," తనకు తాను చెప్పుకున్నాడు.

రాత్రంతా రెండు తూరమీనులు[13] పడవ చుట్టూ తిరిగాయి. అవి పొర్లుతూ ఊళవేయడం వింటూనే ఉన్నాడు. మగ తూరమీను వేసే ఈలకి ఆడ తూరమీను వేసే నిట్టూర్పులాంటి ఈలకి మధ్య తేడాని అతడు గుర్తుపట్టాడు.

---

13 తూరమీను (porpoises) – డాల్ఫిన్లలా ఉండే ఒకరకమైన పెద్ద చేప.

“చక్కగా ఒకదాన్నొకటి ప్రేమించుకుంటూ, ఎకసక్కాలు ఆడుకుంటూ.. బావున్నాయవి. పైకెగిరే పరవమీనుల్లానే ఇవీ మనకు అన్నదమ్ముల్లాంటివి,” అన్నాడు.

అతని గాలానికి చిక్కుకున్న పెద్దచేప గురించి బాధపడ్డాడు. అది అపరిచితమైంది, అపురూపమైంది, ఎవరికి తెలుసు దానికెంత వయసుంటుందో అనుకున్నాడు. ఇలా వింతగా ప్రవర్తించే చేపను, ఇంత బలమైన చేపను నేను ఇంతవరకు చూళ్లేదు. చాలా తెలివైంది కాబట్టే అటూఇటూ గెంతకుండా నిదానంగా వెళ్తుంది. ఒకవేళ అది అదాటున గెంతినా, ఉన్నట్టుండి దాడి చేసినా నేను నాశనం అయినట్టే. కానీ అది ఇంతకు ముందు చాలా సార్లు ఇలా గాలానికి చిక్కే ఉంటుంది. ఇలాంటి పరిస్థితుల్లో ఎలా పోరాడాలో దానికి తెలుసు. దానితో పోరాడుతున్నది ఒకే ఒక్కడని, అదీ ముసలివాడని దానికి ఎట్టిపరిస్థితుల్లో తెలియకూడదు. కానీ ఎంత గొప్ప చేప అది, దాని మాంసం బావుంటే ఎంత గిరాకీ ఉంటుందో! ఒక మొనగాడిలా ఎరని అందుకుని, గాలాన్ని పట్టి లాగుతుందది. దాని పోరాటంలో ఎలాంటి గాభరా లేదు. అసలు అదేం చేస్తుందో దానికి తెలుసా లేక నాలాగే బరితెగించిందా?

ఒకసారి మార్లిన్[14] చేపల జంటలోంచి ఒక చేపని ఎలా పట్టాడో గుర్తుకొచ్చింది. మగ మార్లిన్ ఎప్పుడూ ముందు ఆడ మార్లిన్‌కి తినే అవకాశాన్నిస్తుంది. అలా గాలానికి చిక్కుకుపోయిన ఆడ మార్లిన్ భయంకరంగా పోరాడి, విషాదంగా లొంగిపోయేంత వరకు, మగ మార్లిన్ గాలానికి అడ్డంపడుతూ నీటిపైన ఆడ

---

14 మార్లిన్ (marlin) – పొడవాటి సన్నటి ఈటె లాంటి ముక్కున్న చేప.

చేప చుట్టే తిరిగింది. మగచేప పడవకి అతి సమీపంలోనే తిరుగుతుంటే, పంటకత్తి లాంటి తన తోకతో గాలాన్ని ఎక్కడ తెంపేస్తుందో అని పెద్దాయన భయపడ్డాడు. ఆడ చేపని పట్టి, తన దగ్గరున్న కత్తిని వెనక్కితిప్పి గరుకు అంచుతో దాని తలనుంచి కింది దాకా, అద్దపుపూత రంగులోకి మారేంత వరకు రాకుతూ ఉన్నాడు. దాన్ని పిల్లాడి సహాయంతో పడవలోకి ఎత్తే వరకు మగ చేప ఇంకా పడవ పక్కన తచ్చాడుతూనే ఉంది. గాలాల్ని కడిగి, పంట్రకోలని తీస్తున్నపుడు చూశాడు, ఆడ చేపని చూడటాని కన్నట్టు పడవ పక్కన మగ చేప ఒక్కసారి పైకెగిరింది. దాని తెల్లటి ముందురెక్కలు విప్పి, తెల్లటి చారలు చూపిస్తూ, నీళ్లలోకి దూకి లోతుల్లోకి వెళ్లిపోయింది. ఆ సుందరమైన దృశ్యాన్ని గుర్తుచేసుకుంటూ అలాగే నిలబడి ఉన్నాడు.

అది నేను చూసిన పెద్ద విషాదాల్లో ఒకటి. పిల్లాడు కూడా చాలా బాధపడ్డాడు. మేమిద్దరం ఆ చేపని క్షమాపణ అడిగి దాన్ని సరైన పద్ధతిలో కోశాము.

“పిల్లాడు ఇక్కడుంటే బాగుండేది,” అని పెద్దగా అనుకుంటూ పడవ ముందుభాగంలో ఉన్న చెక్కపలక మీద చతికిలబడ్డాడు. భుజం మీదుగా చుట్టుకున్న తాడు ద్వారా, ఆ చేప అతన్ని ఎంత బలంగా లాగుతుందో తెలుస్తుంది. అది నిదానంగా తను వెళ్లదలుచుకున్న వైపుకి వెళ్తుంది.

“నా ఎత్తులకి ఒకసారి మోసపోయింది కాబట్టి దానికి ఒళ్లు దగ్గర పెట్టుకుని ఉండక తప్పట్లేదు,” అనుకున్నాడు.

అది ఏ వలకి, జిత్తులకి, బోనుకి చిక్కకుండా దూరంగా ఎక్కడో లోతులో చిక్కటి ప్రవాహం అడుగున దాక్కుంది. నేను

మిగతా వాళ్లలాగా దాన్ని వదిలేయకుండా ఎంతదూరమైనా వెళ్లి పట్టుకుంటాను. ప్రపంచంలో ఇంకెవ్వరూ దానికోసం ఇంత దూరం వెళ్లరు. మధ్యాహ్నం నుంచి మేమిద్దరం కలిసే ఉన్నాం. మా ఇద్దర్లో ఎవర్నీ రక్షించడానికి ఒక్క మనిషి కూడా రాలేదు.

అసలు నేను జాలరివాణ్ణి కాకపోతే ఎలా ఉండేదో. ఐనా నేను పుట్టిందే చేపలు పట్టడానికి ఐనప్పుడు ఇంకోలా జరిగే వీల్లేదు. పొద్దున్నే ట్యూనా చేపను తినడం మర్చిపోకూడదు.

సూర్యోదయానికి కాస్త ముందు అతని వెనకున్న ఎరల్లో ఒకదాన్ని ఏదో పట్టుకుంది. కఱ్ఱ విరిగిన చప్పుడు వినిపించింది. చేతిలోని తాడు బరబరా జారిపోయి పడవ పై అంచుని రాసుకుంటూ పోతుంది. ఆ చీకట్లో ఒరలోనుంచి చిన్న చాకుని తీశాడు. పెద్దచేప బరువంతా ఎడమభుజంమీద వేసుకుని, వెనక్కి ఆనుకుని పడవపైన ఒరుసుకుంటూ జారిపోతున్న తాడుని కోశాడు. దగ్గరగా ఉన్న ఇంకో తాడుని కూడా అలాగే కోశాడు. చీకట్లోనే వదులుగా ఉన్న తాళ్ల చుట్టలోని అంచుల్ని ముడేశాడు. తాళ్ల చుట్టలమీద కాళ్లని అదిమిపెట్టి చాలా ఒడుపుగా ఒక చేత్తోనే వాటిని గట్టిగా లాగిపట్టి ముడులేశాడు. అతని దగ్గర ఇప్పుడు ఆరు తాళ్లచుట్టలు మిగిలాయి. అవి ఇప్పుడు వదిలిన రెండు చేపలవి రెండ్రెండు చుట్టలు, మిగతా రెండు ఇప్పుడు ఎరను పట్టుకున్న చేపవి. ఇవన్నీ కూడా ఒకదానికొకటి కలిపి కట్టి ఉన్నాయి.

సాయంత్రం కాగానే, ఆ నలభై బారల లోతులో వేసిన గాలం సంగతి చూడాలనుకున్నాడు. దాని తాడు కూడా తెంపేసి అదనంగా ఉన్న చుట్టలకి జోడిద్దామనుకున్నాడు. ఇది గనక

పోయిందంటే మొత్తం రెండువందల బారల తాడు, కొక్కాలతో సహా నీటి పాలయినట్టే. అది తిరిగి దొరకొచ్చేమో కానీ గాలాన్ని తెంపుకుపోయిన చేపను ఎవరు తెచ్చిస్తారు?

ఇప్పుడు ఎరని ఎత్తుకుపోయిన చేప ఏ జాతిదో తెలీట్లేదు. సొరచేప కావచ్చు. మార్లిన్ కానీ బ్రోడ్బిల్[15] కానీ కావచ్చు. అది ఏ చేపో పోల్చుకోక ముందే వదిలించుకోవాల్సి వచ్చింది.

"పిల్లాడు నాతో ఉంటే బాగుండేది," అని అతను చాలా అనుకున్నాడు.

ఎంత అనుకున్నా పిల్లాడు లేడు కదా. నీకు నువ్వు తప్ప ఎవరూ లేరు. రాత్రీ పగలూ పట్టించుకోకుండా నీ పని నువ్వు చేసుకుంటే మంచిది. మిగిలిన ఒక తాడుని తెంపి ఈ రెండు తాళ్ల చుట్టలకి ముడెయ్యాలి.

అనుకున్నట్టే చేశాడు. చీకట్లో కష్టంగా ఉంది, అందునా, ఆ చేప సృష్టించిన పెద్ద అల వల్ల అతడు కింద పడి, నుదురు కొట్టుకుని కంటికింద గాయం అయ్యింది. చెంపమీంచి రక్తం కిందికి కారింది. కానీ అది గడ్డం మీదికి చేరుకునేలోపే పేరుకుని గడ్డ కట్టింది. తాళ్లని అలా పట్టుకునే వెనక్కెళ్లి చెక్కకి ఒరిగాడు. గోనెసంచిని సర్దుకుంటూ, జాగ్రత్తగా తాళ్లని అలాగే లాగి పట్టుకుంటూ భుజాలమీద వేరేచోటకి జరుపుకున్నాడు. భుజాల సాయంతోనే పడవని నడిపిస్తూ చేప ఎంత బలంగా లాగుతుందో చూసుకున్నాడు. తర్వాత కళ్లమీద చేయి ఓరగా పెట్టి, నీళ్లలో పడవ ఎంత ముందుకు వెళ్లి ఉంటుందో అంచనా వేశాడు.

---

15 బ్రోడ్బిల్ (broadbill) – పొడవాటి కత్తిలాంటి ముక్కుండే చేప.

ఉన్నట్టుండి చేప ఒకవైపుకి ఎందుకు ఒరిగిందో అను కున్నాడు. ఆ గాలం వైరు దాని వీపు మీద రాసుకుంటూ పోయి ఉంటుంది. అయినా నా వీపు నొప్పితో పోల్చుకుంటే దాని వీపు నొప్పి ఎంత? అది ఎంత గొప్ప చేపైనా కావొచ్చు కానీ ఈ పడవను మరెంతోసేపు లాగలేదు. ఇక ఇప్పుడు పెద్దగా వచ్చే కష్టాలేం లేవు, అన్నీ గట్టెక్కినట్టే. నాకు కావాల్సినంత పెద్ద తాడుంది నా దగ్గర. ఇంతకంటే ఎవరికైనా కావల్సిందేముంది?

"చేపా, నేను చచ్చేవరకు నీతోనే ఉంటానే," ఏ కోపం లేకుండా అన్నాడు.

అది కూడా నాతోనే ఉంటుందిలే అనుకుంటూ పొద్దుటి వెలుతురు కోసం ఎదురుచూశాడు. ఇప్పుడు పగటి కంటే చల్లగా ఉంది. వెచ్చదనం కోసం చెక్కకి వొత్తిగిలి కూచున్నాడు. అది లాగినంత సేపూ నేనూ లాగుతా అనుకున్నాడు. మొదటి కిరణం వచ్చేటప్పటికి మరింత తాడు నీళ్లలోకి వెళ్లిపోయింది. పడవ నిదానంగా వెళ్తుంది. సూర్యుడి మొదటి అంచు పైకొచ్చేటప్పటికి బరువంతా పెద్దాయన కుడి భుజం మీదికి మారింది.

"అది ఉత్తరం వైపు వెళ్తుంది," అన్నాడు పెద్దాయన. ప్రవాహం మనల్ని తూర్పు వైపు లాగి ఉంటుంది. అది ప్రవాహంతో పాటు వెళ్తే బాగుండు. అలా చేస్తే అది అలసిపోయినట్టే లెక్క.

చేప ఇంకా అలసిపోలేదని కొంచెం పొద్దెక్కాక అతనికి అర్థం అయ్యింది. ఆ గాలానికున్న తాడు వాలు చూస్తే తెలిసింది, మునుపట్లా ఆ చేప మరీ అంత లోతులో ఈదట్లేదని. అదొక్కటే అతనికి అనుకూలమైన విషయం. అట్లాగని అది పైకి

గెంతుతుందని కాదు, కానీ ముందుముందు గెంతొచ్చు.

"దేవుడా, దాన్ని పైకొచ్చేలా చూడు, దాన్ని పట్టుకోడానికి నా దగ్గర కావలసినంత తాడు ఉంది," అన్నాడు పెద్దాయన.

ఒకవేళ తాడును కొద్దిగా లాగితే దానికి నొప్పి తెలిసి అది పైకి గెంతుతుందేమో అనుకున్నాడు. ఇప్పుడు పగలే కాబట్టి దాన్ని గెంతేలా చేయాలి. అలా చేస్తే దాని వెన్నెముక పక్కనున్న ఊపిరితిత్తుల్లో అది గాలి నింపుకోవొచ్చు. అప్పుడు ఇక దానికి లోతుల్లోకి వెళ్లి చచ్చే పనుండదు.

తాడును లాగడానికి ప్రయత్నించాడు, కానీ ఇంకేమాత్రం లాగినా తాడు పికిలి తెగిపోవొచ్చు. అతనికి చేప సంగతి తెలుసు, తాడు లాగుతుంటే దాని గట్టితనాన్ని బట్టి ఇంకా ఏం సాగదీయ కూడదని కూడా తెలుస్తుంది. ఇంకా లాగకూడదు అనుకున్నాడు. లాగినప్పుడు ఒక్కొక్క కుదుపుకి కొక్కెం చేసే గాయం పెరిగి, చేప పైకి ఎగిరినపుడు గాలం ఊడిపోవొచ్చు. ఏదైతేనేం, ఇప్పుడు ఎండలో హాయిగా ఉంది, పైగా మరీ నీళ్ల లోపలికి చూడాల్సిన పనిలేదు.

గాలానికున్న తాడు మీద పసుపురంగు నాచు చుట్టుకుని ఉంది. అదేంటో పెద్దాయనకి తెలుసు. తాడు కొంచెం పైకొచ్చినందుకు సంతోషపడ్డాడు. రాత్రుళ్లు వింతగా మెరిసే పసుపురంగు గల్ఫ్ నాచు అది.

"చేపా, నువ్వంటే నాకిష్టం, చాలా గౌరవం కూడా. కానీ, చీకటిపడే లోపు నిన్ను చంపేస్తా," అతనన్నాడు.

అలాగే జరిగితీరుతుంది అనుకున్నాడు.

ఉత్తరం దిక్కు నుంచి ఒక చిన్న పక్షి పడవ వైపు ఎగురుకుంటూ వచ్చింది. కోయిలలా పాడే పక్షి అది. నీటికి మరీ దగ్గరగా ఎగురుతుందది. పెద్దాయనకు అది బాగా అలసి పోయినట్టు కనిపించింది. ఆ పక్షి పడవ వెనకభాగం వైపు వచ్చి అక్కడ వాలింది. మళ్లీ వెంటనే ఎగిరి పెద్దాయన తల చుట్టూ తిరిగి గాలం తాడు మీద కూచుంది. దానికి అక్కడ ఎక్కువ సౌకర్యంగా అనిపించినట్టుంది. "నీ వయసెంతుంటుంది, ఇదే మొదటి రాకనా?" అడిగాడు పెద్దాయన.

అతను మాట్లాడుతున్నపుడు పక్షి అతనిపైపు ఒక చూపు విసిరింది. అది బాగా అలసిపోయి ఉంది. గాలాన్ని పట్టించుకునే ఓపిక కూడా దానికి లేదు. తాడు మీద అటు ఇటు తూలి పడబోయి తన సున్నితమైన కాళ్లతో బిగపట్టి నిలదొక్కుకుంది.

"గాలి బాగా నిలకడగానే ఉంది, రాత్రి అంత పెద్ద గాలే లేదు, నువ్వంత అలసిపోగూడదే? అసలింతకీ ఇటు పక్షులెందుకు వస్తున్నట్టూ?" పెద్దాయన పక్షితో అన్నాడు.

గద్దలబారిన పడటానికి వచ్చుంటుంది. అయినా నేను చెప్పేది దీనికి అర్థం కాదు, దానికదే త్వరలో గద్దల గురించి నేర్చు కుంటుంది.

"మంచిగా విశ్రాంతి తీసుకో పక్షి పిల్లా. తర్వాత ఒక మనిషిలాగో, పక్షిలాగో, చేపలాగో నువ్వేం చేయాలో నిర్ణయించు కుందువు గానీ."

రాత్రంతా పట్టేసిన వీపు ఇప్పుడు బాగా నొప్పెడుతుంది. దాన్ని మర్చిపోవడం కోసం అతను పక్షితో కబుర్లు మొదలు పెట్టాడు.

"పక్షీ, నీకిష్టమైతే నా ఇంట్లో ఉండు. నన్ను క్షమించు, నేనిప్పుడు తెరచాప పైకెత్తి పిల్లగాలిలో నిన్ను షికారుకు తీసుకెళ్లలేను. ఇప్పుడు నేనొక మిత్రునితో ఉన్నా."

అప్పుడే హఠాత్తుగా పడవ ఒకవైపు ఒరగడం వలన పెద్దాయన పడవ ముందుభాగంలో తూలిపడిపోబోయాడు. నిలదొక్కుకుని కొంత తాడుని నీళ్లలోకి వదలకపోతే పడవ పైనుంచి పడిపోయేవాడే.

ఆ గాలం కుదుపుకి పక్షి పైకెగిరిపోయింది. అది వెళ్లిపోవడం పెద్దాయన కంటపడనేలేదు. అతను కుడిచేత్తో గాలాన్ని తట్టి పరీక్షిస్తున్నప్పుడు చేతిమీంచి రక్తం కారడం గమనించాడు.

"ఏదో తగిలినట్టుంది," పెద్దగా అంటూ చేపని తిప్పడానికి తాడుని లాగాడు. తాడుమీద పికిలిన ప్రదేశం దగ్గరికి వచ్చేసరికి బిగుసుకున్న తాడుని అలాగే స్థిరంగా లాగిపట్టుకుని నిలబడ్డాడు.

"చేపా, ఇప్పుడు నొప్పి తెలుస్తుంది కదా నీకు? నా నొప్పి సంగతి మాత్రం దేవుడికే తెలుసు," అన్నాడు.

పక్షి సహవాసం నచ్చినట్టుంది, అందుకే దాని కోసం చుట్టూ చూశాడు. అది అప్పటికే వెళ్లిపోయింది.

తీరానికి చేరేవరకు నువ్వెళ్తున్న తోవ కఠినమైనది, ఇంకాసేపు ఇక్కడే ఉండిపోవాల్సింది అనుకున్నాడు. అసలు ఆ చేప ఒక్కసారి అలా లాగగానే నా చేతికి అంత దెబ్బ ఎలా తగిలించుకున్నాను? అంత తెలివితక్కువగా తయారయ్యానా? లేదా పక్షివైపు చూస్తూ దాని గురించే ఆలోచిస్తున్నా కాబోలు. ఇప్పట్నుంచి పనిలో జాగ్రత్తగా ఉండాలి. ఆ ట్యూనాని కూడా

తింటే ఇక బలం చాలకపోవడం ఉండదు.

"పిల్లాడు ఉంటే బాగుండు, కొంచెం ఉప్పు కూడా ఉంటే బాగుండు," గట్టిగా అనుకున్నాడు.

తాడుని ఎడమ భుజమ్మీదికి మార్చుకుంటూ, జాగ్రత్తగా మోకాళ్లమీద నడుచుకుంటూ వెళ్లి తన చేయిని సముద్రపు నీళ్లలో కడుక్కున్నాడు. చేతిని ఒక నిమిషానికి పైగా అలా నీళ్లలోనే ఉంచాడు. చేతినుంచి కారుతున్న రక్తం, కదులుతున్న పడవతో పాటు నీళ్లలో వ్యాపించడం చూశాడు.

"చేప తన వేగాన్ని తగ్గించినట్టుంది," అన్నాడు.

పెద్దాయన తన చేతిని ఇంకాసేపు ఆ ఉప్పు నీళ్లలో అలాగే ఉంచాలనుకున్నాడు కానీ, మళ్లీ ఆ చేప ఎక్కడ పడవని అకస్మాత్తుగా లాగుతుందో అని తాడును అలాగే చుట్టుకుని సూర్యకాంతికి అడ్డుగా తన చేతిని ఉంచుతూ లేచి నిలబడ్డాడు. తాడు లాగడంవల్ల కమిలిపోయి కోసుకుపోవడం మామూలే. అది ఏమంత పెద్ద గాయంకూడా కాదు కానీ చేయిపైన తరచుగా వాడే ముఖ్యమైన ప్రదేశంలోనే గాయం అవడంవల్ల కష్టమవు తుంది. ఈ పనంతా పూర్తి చెయ్యాలంటే చేతులు ఎంత అవసరమో అతనికి తెలుసు కానీ అసలు పని మొదలు కాకముందే ఇలా గాయపడటం అతనికి నచ్చలేదు.

చేయి తడి ఆరిపోగానే "ఇప్పుడు ట్యూనా చేపని తినాలి, కొక్కెంకర్రతో దాన్ని దగ్గరికి లాక్కుని చక్కగా భోంచేయాలి," అన్నాడు.

మోకాళ్లమీద కూర్చుండి కొక్కెంకర్రతో తాళ్లచుట్టల్ని తప్పిస్తూ ట్యూనాని దగ్గరికి లాక్కున్నాడు. ఎడమ భుజానికున్న తాడుని

అలాగే పట్టుకుని కర్ర కొక్కానికున్న ట్యూనాని తీసుకుని, కర్రని మళ్లీ దాని పాత స్థలంలో పెట్టాడు. తన మోకాలిని చేప మీద నొక్కిపెట్టి, దాని ఎర్రటి మాంసాన్ని పొడుగ్గా తల నుంచి తోక వరకు ముక్కలుగా కోసాడు. చేప వెన్నెముక నుండి కడుపు వరకున్న మాంసాన్ని కోసి తీసిన ఆ ముక్కలు ముక్కోణం ఆకారంలో ఉన్నాయి. ఆరు ముక్కలు కోసి పడవ ముందుభాగం చెక్కమీద ఆరబెట్టాడు. కత్తిని ప్యాంటుకి తుడిచి, మాంసం కోయగా మిగిలిన ఆ బొనిటో[16] చేప దేహాన్ని తోక పట్టుకుని పైకి లేపి పడవమీంచి నీళ్లలోకి విసిరేశాడు.

"అంత ముక్కను మొత్తం తినలేను," అంటూ ఒక ముక్కని అడ్డంగా కోసాడు. తాడులో బిగువు గమనించాడు. అతని ఎడమ చేయి నొప్పి అలాగే ఉంది. తాడు బిగుసుకోవడంతో నొప్పి పెరిగి చీదరగా చూసాడు.

"ఏం చెయ్యిరా ఇది," అన్నాడు. "సరే నొప్పించాలనుకుంటే నొప్పించు. నువ్వే ఒక పంజాలా మారు. అయినా నువ్వేం చేసినా నన్నాపలేవు."

చూసుకుందాం రా... అంటూ తాడు ఏటవాలుగా నీళ్లలోకి వెళ్తున్న ప్రదేశంలోకి చూశాడు.

ఇప్పుడు తిను, చేతికి శక్తి వస్తుంది. చాలా సేపట్నుంచి చేపను లాగటం వలన వచ్చిన నొప్పే కానీ ఇందులో చేతి తప్పేమీ లేదు. కానీ నువ్వెంతసేపైనా చేపతో ఇలాగే ఉండగలవు. ఇప్పటికైతే బొనిటో చేపను తిను.

---

16 బొనిటో (bonito) – పొలుసులు తక్కువగా ఉండే చేప.

అతను ఒక ముక్కను తీసి నోట్లో పెట్టుకుని నమలడం మొదలుపెట్టాడు. మరీ అంత అసహ్యంగా ఏం లేదు.

బాగా నమిలి రసాన్ని మింగాలి అనుకున్నాడు. కొంచెం నిమ్మరసంగానీ ఉప్పుగానీ ఉంటే తినటం పెద్ద కష్టమేమీ కాదు.

"ఎలా ఉన్నావ్, చెయ్యీ?" నొప్పితో ఉన్న చెయ్యిని అడిగాడు. చనిపోయిన వాడి చెయ్యిలా దాదాపు కొయ్యబారినట్టు ఉందది. "నీకోసం ఇంకో ముక్క ఎక్కువ తింటా."

కోసిన రెండు ముక్కల్లో మిగిలిన ఆ రెండవ ముక్కను కూడా తినేశాడు. జాగ్రత్తగా ముక్కను నమిలి ముక్కకున్న చర్మాన్ని ఉమ్మేశాడు.

"ఎట్లా ఉందిప్పుడు, చెయ్యీ? ఇప్పుడే చెప్పడం కష్టమా?"

ఇంకో పెద్ద ముక్కను కూడా నమిలేశాడు.

"ఇది చిక్కటి నెత్తురున్న చేప, బాగా కండ పట్టింది కూడా," అనుకున్నాడు. డాల్ఫిన్ కాకుండా ఈ చేప దొరకడం నా అదృష్టమే. డాల్ఫిన్ ఐతే మరీ తీపిపాకంలా ఉంటుంది. ఇది చూడు బలంగా ఉంది కానీ, పెద్దగా తీపి లేదు.

ఉన్నదున్నట్టు ఒప్పుకోవటం మంచిది అనుకున్నాడు. ఇప్పుడు గనక ఉప్పుంటే బాగుండేది. ఈ మిగిలిపోయిన చేపముక్కలు ఎండకి కుళ్ళిపోతాయో ఎండిపోతాయో తెలీదు. ఆకలున్నా లేకపోయినా మిగిలిందంతా కడుపులో పడేసుకోడం నయం. నేను పట్టుకున్న పెద్దచేప ఎలాగూ నెమ్మదించి ఉన్నచోటే ఉంది. ఈలోపు నేను తినేసి మళ్ళీ పనిలో పడాలి.

"ఇదిగో, నువ్వు కాస్త ఓపిక పట్టాలి. నీకోసమే ఇదంతా

చేస్తున్నా," అని అతను తన చేతితో అన్నాడు.

చేపకి కాస్త మేత పెట్టగలిగితే బాగుండు. ఆ చేప నా తమ్ముడి లాంటోడు. ఐనా వాణ్ణి చంపక తప్పదు. నేను కాస్త గట్టిగా, బలంగా ఉండాలి.

ముక్కోణాకారంలో చీల్చి పెట్టిన చేప ముక్కలన్నిట్నీ అతను మెల్లమెల్లగా తినేశాడు. ఎంగిలిచేతిని ప్యాంటుకి తుడుచుకుంటూ అతను నిటారుగా నిల్చున్నాడు. "ఇదిగో ఎడమ చెయ్యీ, ఇక నువ్వు తాడుని వదిలెయ్యి. నీగోల ఆపేవరకు ఎలాగో కుడిచేత్తోనే తిప్పలు పడతాను," అప్పటిదాకా ఎడమ చేత్తో ఆపిన మోకులాంటి తాడు మీద అతను ఎడమపాదాన్ని మోపాడు. ఆ తాడు బిగువుని నిలవరించుకోడానికి వీపుమీద వెనక్కి ఆనుకున్నాడు.

"అబ్బా, దేవుడా, ఈ నొప్పి తగ్గితే బాగుండు, ఈ చేప ఇంకా ఏం పని పెడుతుందో తెలీట్లేదు," అనుకున్నాడు.

అది నిదానంగా ఏదో ఎత్తును వేస్తున్నట్టుంది. ఇంతకీ అది వేసే ఎత్తేంటో తెలీట్లేదు. ముందు అసలు నా ఎత్తేంటి? నేను తప్పనిసరిగా దాని కంటే పై ఎత్తే వెయ్యాలి. అది చిన్నదేమీ కాదు మరి. అది ఎగిరితే నేను అమాంతం చంపెయ్యగలను. కానీ నీళ్లలోంచి బయటికి రాకపోతే నేనూ వేరేదారిలేక దానితో పాటే ఉండిపోవాలి అనుకున్నాడు.

నొప్పిగా ఉన్న చేతిని ప్యాంటుకి రుద్దుకున్నాడు. కాస్త వేళ్లని అటూ ఇటూ కదిలించాలని చూశాడు. అవి కదలనని మొరాయించాయి. ఎండ తగిలితే ఏమన్నా తేలికవ్వచ్చు. లేదంటే నేను తిన్న కండపట్టిన ట్యూనా చేప వంటబట్టగానే చెయ్యి బాగౌతుందేమో అనుకున్నాడు. తప్పనిసరి పని పడితే మాత్రం

ఇంకేం ఆలోచించకుండా వాడతాను, అప్పుడేం పట్టించుకోను. కాకపోతే ఇప్పుడు బలవంతంగా మాత్రం తెరవను. దానంతట అది సులువుగా అనిపించినప్పుడే తెరుచుకోనీ. రాత్రంతా తాళ్లు కట్టడానికి, విప్పటానికీ ఈ చేతిని బాగా విసిగించాను.

అతను సముద్రం పైనంతా కలయజూసాడు. తను ఎంత ఒంటరిగా ఉన్నాడో అర్థమైంది. అతనికి నీటి అడుగున గాజు పటకాల్లాంటివి కనపడ్డాయి. నిటారుగా సాగిన గాలపు తాళ్లని, వింతగా కదుల్తున్న అలల్ని చూశాడు. వ్యాపార పవనాలు[17] రాబోతున్నట్టు మేఘాలు దట్టమౌతున్నాయి. చుట్టూ చూస్తే నీటి పైన ఆకాశానికి ఎదురుగా ఎగురుతూ ఒక అడవిబాతుల గుంపు కనపడింది. కాసేపు మాయమౌతూ మరికాసేపు ఆకాశాన్ని చెక్కుకుంటూ పోతున్నాయి ఆ బాతులు. సముద్రం మీద ఏ మనిషీ ఎప్పుడూ ఒంటరి కాదని అతనికి అనిపించింది.

వాతావరణం ఎప్పుడు ఎలా క్రూరంగా మారుతుందో తెలియని రోజుల్లో చిన్న చిన్న పడవల్లో నేల కనిపించనంత దూరం వెళ్లడానికి మనుషులు ఎంత భయపడేవారో గుర్తొచ్చింది. ఇవి అలాంటి తుఫానొచ్చే నెలలే. కానీ తుఫాను రాకపోతే ఏడాది మొత్తంలోకెల్లా వాతావరణం బ్రహ్మాండంగా ఉండే రోజులు అవే.

---

17 వ్యాపార పవనాలు (trade winds) – వాణిజ్య పవనాలు. సముద్రంలో ఉత్తరార్ధగోళం మీద ఈశాన్యం నుండి, దక్షిణార్ధగోళం మీద ఐతే ఆగ్నేయం నుండి భూమధ్యరేఖ వైపుగా వీచే గాలులు. ఐరోపా అమెరికా మధ్య ప్రయాణించే నౌకలకి ఇవి అనుకూలంగా వీస్తాయి కాబట్టి వీటిని ట్రేడ్ విండ్స్ అంటారు.

సముద్రం మీద ఉన్నప్పుడు, తుఫాను రాబోతుంటే చాలా ముందునుంచే దాని సూచనలు ఆకాశంలో కనపడతాయి. నేలమీది నుంచి చూసినప్పుడు మేఘాలు వేరేలా కనపడతాయి, అందుకని ఒడ్డుమీద ఉన్నవాళ్లకి ఆ తుఫాను సూచనలని కనిపెట్టడం వీలుకాదు. ఐతే ముసలాయనకి ఇప్పట్లో తుఫాను వచ్చే సూచన ఏం కనపడలేదు.

అతను ఆకాశంవైపు చూశాడు. తెల్లటి ముద్ద మేఘాలు ఒక దానిమీద ఒకటి పోగుపడి ఐస్క్రీం దొంతరల్లాగా కనిపించాయి. సెప్టెంబర్ ఆకాశం మీద కుంతలమేఘాలు[18] పల్చగా తేలిపోతూ ఉన్నాయి.

"పల్చటి గాలి తెమ్మెర వీస్తుంది. చేపా, ఇది నాకు కలిసొచ్చే వాతావరణం, నీకెంతమాత్రమూ పనికిరాదు," అనుకున్నాడు.

అతని ఎడమచెయ్యి ఇంకా నొప్పిగానే ఉంది. కానీ అతను నిదానంగా దాన్ని విదిలిస్తున్నాడు.

నాకీ నొప్పులంటే చిరాకు. ఈ దిక్కుమాలిన నొప్పివల్ల వొంటికి ఏదో దగా జరిగినట్టు అనిపిస్తుంది. పొట్టలో నులి పురుగులుండి వాంతులు, విరేచనాలు ఐనప్పుడు ఎవరికన్నా తెలిస్తే చచ్చేంత సిగ్గుగా ఉంటుంది. కానీ ఒంటరిగా ఉన్నప్పుడు కండరాల నొప్పుల్లాంటివి మనవి మనకే మరీ అవమానంగా అనిపిస్తాయి.

పిల్లాడు నాతో ఉండుంటే మోచేతి నుంచి అరచెయ్యి వరకు మర్దన చేసి కండరాల బిగువును పోగొట్టేవాడు. పోన్లే, తొందర్లో దానంత అదే బాగౌతుంది.

---

18 కుంతలమేఘాలు (*cirrus clouds*)

కుడి చేతిని తాడు ఒకవైపుకి లాగినట్టు అనిపించింది. అప్పుడే నీళ్లలో ఏటవాలుగా ఏదో కదిలినట్టు కనపడింది. తాడుని లాగుతూ వెనక్కి వాలి అతను ఎడమచేత్తో ఎడమతొడమీద ఒక్కసారి గట్టిగా చరుచుకున్నాడు. ఇప్పుడు తాడు మెల్లగా ఏటవాలుగా పైకి లేస్తుంది.

"అది పైకొచ్చేస్తుంది, చెయ్యీ, శక్తిని తెచ్చుకో," అన్నాడు.

తాడు నిదానంగా పైకి రావడం మొదలుపెట్టింది. పడవకి ముందు కొద్ది దూరంలో సముద్రం పైతట్టు కొద్దిగా ఉబ్బినట్టు అయ్యి తర్వాత చేప పైకొచ్చింది. అదలా అంతులేకుండా పైకొస్తున్నపుడు దాని పక్కలనుండి నీళ్లు ధారగా కారుతున్నాయి. సూర్యుని వెలుగులో మెరిసిపోతుందది. దాని తలా, వెన్నూ చిక్కటి ఊదారంగులో ఉన్నాయి. ఎండలో దాని చారలు తెల్లగా వెడల్పుగా కనిపిస్తున్నాయి. కత్తిలాంటి దాని ముక్కు బేస్‌బాల్ బ్యాట్ అంత పొడుగ్గా ఉండి చివర్లో పోటుకత్తిలా ఉంది. అది ఒకసారి పూర్తిగా పైకొచ్చి, పైనుంచి దూకే ఈతగాడిలా మళ్లీ నీళ్లలో మునిగింది. పంటకోతకత్తిలా ఉన్న దాని తోక నీళ్లలోకి వెళ్లడం చూశాడు పెద్దాయన. దాంతోపాటే వేగంగా గాలపుతాడు కూడా లోనికెళ్లడం చూశాడు.

"ఇది పడవకంటే కనీసం రెండడుగులు పొడుగెక్కువ ఉంటుంది." తాడు నెమ్మదిగా బయటికి పోతుంది కానీ చేప భయపడినట్టు లేదు. తాడు తెగిపోకుండా ముసలాయన రెండుచేతుల్తో బలంగా లాగి పట్టుకుని ఉంచాడు. దాన్ని అదుపుచేయకపోతే చేప తాడు మొత్తాన్ని లాగేసుకుని విడిపించు కుంటుందని అతనికి తెలుసు.

ఈ చేప చాలా పెద్దది. దీన్ని నేను ఒప్పించి దారిలోకి తెచ్చుకోవాలి. దాని శక్తి దానికి తెలీనివ్వకూడదు. అది తప్పించుకుని పారిపోగలదనే విషయం కూడా దానికి తెలీకూడదు. దాని స్థానంలో నేను ఉండుంటే నా బలమంతా ఉపయోగించి ఆ తాడుని తెంపేసేవాణ్ణి. ఈ చేపలు ఎంత గొప్పవైనా, వాటికి ఎంత బలమున్నా, దేవుని దయవల్ల, అవి వాటిని చంపే మనుషులంత తెలివైనవి కావు.

ముసలాయన తన జీవితంలో మహామహా చేపల్నే చూశాడు. వెయ్యి పౌండ్ల కన్నా ఎక్కువ బరువుండే చేపల్ని చాలానే చూశాడు. అంతే బరువున్న రెండు చేపల్ని పట్టుకున్నాడు కూడా. ఐతే అప్పుడు అతను ఒంటరిగా లేడు. ఇప్పుడు ఒంటరిగా, నేలకి దూరంగా, తనెప్పుడూ కనీవినీ ఎరగనంత భారీచేపకి తాడుతో కట్టేయబడి ఉన్నాడు. అతని ఎడమ చెయ్యిమాత్రం వేటమీద పట్టు బిగించిన గద్ద గోళ్లలాగా బిగుసుకుని ఉంది.

కాసేపట్లో ఈ చెయ్యినొప్పి తగ్గిపోతుంది. కనీసం కుడిచేతికి ఆసరా ఇవ్వడం కోసమన్నా ఈ నొప్పి తగ్గితీరాలి అనుకున్నాడతను. ఈ చేప, నా రెండుచేతులూ ముగ్గురు అన్నదమ్ముల్లాంటి వాళ్లు. ఈ చెయ్యిట్లా పనికిరాకుండా పడుండటం ఏం బాలేదు.

చేప ఒకసారి కనపడి మళ్లీ తన చోటుకి తనెళ్లిపోయింది.

అసలు అది ఎందుకు పైకొచ్చినట్టు? అని ముసలాయన తనలోతాను అనుకున్నాడు. తన భారీ ఆకారం నాకు చూపించడానికే ఎగిరినట్టుంది. దాని సంగతి నాకెలానూ తెలుసు. నేనెలాంటి మనిషినో దానికి చూపించగలిగితే బాగుండు. కానీ, అది నా ఈ అవిటిచెయ్యిని చూస్తుందేమో. నిజంగా నేను

కనపడుతున్న దానికంటె ఎక్కువ బలవంతుణ్ణని అది అనుకోవాలి. నేను నిజంగా మరింత బలంగా ఉండాలి కూడా. నా తెలివి, స్థైర్యంతో పాటు దానికున్న శక్తంతా నాకుండి నేనే ఆ చేపనైతే బాగుండు.

అతను ఆ చెక్కకి ఆనుకుని చతికిలబడి నొప్పిని భరిస్తూ కూర్చున్నాడు. చేప నిలకడగా ఈదుతుంది, చిక్కటి నీళ్లలో పడవ నిదానంగా కదుల్తూ ఉంది. తూర్పుగాలుల మూలంగా సముద్రం కొద్దిగా ఎగిసిపడుతుంది. మధ్యాహ్నానికి అతని ఎడమచేతి నొప్పి కాస్త నిదానించింది.

“చేపా, ఇక నీకు మూడింది,” అనుకుని గాలం తాడుని తన భుజంమీదున్న గోనెపట్టాలమీదకి మార్చుకున్నాడు. అలా మార్చుకోవడం బానే ఉంది కానీ నొప్పి మాత్రం అలాగే ఉంది. ఐతే ఆ నొప్పికి అతను లొంగిపోదల్చుకోలేదు.

“నాకు దేవుడిమీద అట్టే నమ్మకం లేదు, కానీ ఈ చేపని దొరికేలా చెయ్యమని పెద్దలకు పదిసార్లు, మేరీమాతకు పదిసార్లు మొర పెట్టుకుంటున్నాను. అది గనక నా చేతికి చిక్కితే తీర్థయాత్రకి వస్తానని కూడా దైవసాక్షిగా మొక్కుకుంటున్నాను.” అనుకున్నాడతను.

అతను యాంత్రికంగా ఏవో ప్రార్థనలు చెయ్యడం మొదలు పెట్టాడు. అతనికి పూర్తి ప్రార్థన గుర్తు చేసుకునేంత ఓపిక లేక గడగడా చదివేస్తున్నాడు. అట్లా చదివితే తన ప్రమేయం లేకుండా మొత్తం వస్తుందని అతని ఉద్దేశం. పెద్దలకు చేసే ప్రార్థనల కన్నా మేరీమాతకు చేసే ప్రార్థనలే తేలిగ్గా ఉన్నాయని అతను అనుకున్నాడు.

“మేరీ మాతా, దయగల తల్లీ, దేవుడు నీతోనే ఉన్నాడు.

ఆడవాళ్లలో ఆణిముత్యానివి నువ్వు. నీ కడుపుపంట ఏసు సాక్షాత్తూ దైవమే. దేవుణ్ణి కన్న తల్లీ, పవిత్ర మాతా, నాలాంటి పాపాత్ములకోసం, మా ప్రశాంత జీవితం కోసం, అనాయాస మరణం కోసం మా తరపున దేవుడికి విన్నవించు," ఒక క్షణం ఆగి మళ్లీ అన్నాడు. "నిష్కళంక కన్యా! ఈ చేప చావు గురించి కూడా నువ్వే ప్రార్థించు. ఇదొక అద్భుతమైన చేప, ఐనా దీన్ని చంపక తప్పదు."

అతను ప్రార్థించడం పూర్తిచేసి కాస్త మనసు కుదుట పరుచుకున్నాడు. ఐతే అతని బాధ ఏ మాత్రం తగ్గలేదు, ఇంకాస్త పెరిగిందేమో కూడా. అతను పడవ ముందుభాగంలో చెక్కకి ఆనుకుని తన ఎడమచేతి వేళ్లని యాంత్రికంగా కదిలించడం మొదలుపెట్టాడు.

ఒకపక్క చల్లగాలి వీస్తున్నా ఎండ ప్రతాపం తగ్గలేదు.

"పడవ వెనకవైపు గాలానికి ఉన్న ఎరని మార్చితే మంచిది. చేప ఇంకో రాత్రంతా నాకు దొరకక్కూడదు అని నిర్ణయించుకుంటే గనక నేను కాస్త ఎంగిలి పడాలి, నాదగ్గర మంచినీళ్లు కూడా ఎక్కువలేవు. నాకిక్కడ తినడానికి డాల్ఫిన్ తప్ప ఇంకేం దొరకదనుకుంటా. దాన్ని తాజాగా ఉన్నప్పుడే తినగలిగితే బాగానే ఉంటుంది. ఈ రాత్రికి ఏదైనా పరవమీను ఎగిరి నా పడవలో పడితే బాగుండు. వాటిని అకర్షించి రప్పించడానికి నాదగ్గర లైట్ లేదు. పరవమీనుని కొయ్యకుండా ఉన్నపళాన తినేస్తే భలే మజాగా ఉంటుంది. దేవుడా, ఈ చేప ఇంత పెద్దదనుకోలేదు. నాకు ఇంకాస్త బలం కావాలి," అన్నాడు

"అదెంత అద్భుతమైన అపురూపమైన చేప ఐనా నేను దాన్ని చంపి తీరతాను," అనుకున్నాడతను.

దాన్ని చంపడం అన్యాయంగా కనిపించొచ్చు కానీ, మనిషి ఏం చెయ్యగలడో, అతనికెంత నిబ్బరం ఉంటుందో నేను దానికి చూపించాలి.

"నేను అందరిలాంటి ముసలాణ్ణి కాదని పిల్లాడితో చెప్పాను. ఇప్పుడా మాట నిజమని నిరూపించుకోవాలి."

అతను గతంలో కనీసం వెయ్యిసార్లైనా తన మాటని నిరూపించుకుని ఉంటాడు. కానీ దానికిప్పుడే విలువాలేదు. ఈ ఒక్కసారి అతను తిరిగి తన బలాన్ని రుజువు చేసుకోవాలి. అమాటకొస్తే అతను ప్రతిసారి కొత్తగానే, గతంలో ఎప్పుడూ చేయనట్టే, అదే పట్టుదలతో చేస్తుంటాడు.

ఆ చేప నిద్రపోతే బావుండు. నేను కూడా నిద్రపోయి సింహాల గురించి కలలు కంటే ఎంత బావుంటుంది. అసలు మరో విషయం లేనట్టు సింహాలగురించి ఆలోచించడం అంత ముఖ్యమా?

"ముసలోడా, ఆలోచించడం మానేసి కాస్త ఈ చెక్కకి ఆనుకుని నడుంవాల్చు," అని తనకి తాను చెప్పుకున్నాడు. అది తన పనిలో తానుంది. నువ్వు కాస్త పని తగ్గించుకో.

మధ్యాహ్నం అవుతూ ఉంది, పడవ నిదానంగా కదుల్తూనే ఉంది. కాకపోతే ఇప్పుడు కొత్తగా వీస్తున్న తూర్పుగాలుల వల్ల ఆ కదలిక కాస్త మందగించింది. పెద్దాయన అలా సముద్రం మీద వెళ్తూనే ఉన్నాడు. వీపు మీంచి చుట్టుకున్న తాడువల్ల కలిగే నొప్పి అతనికిప్పుడు అలవాటైపోయింది.

మధ్యాహ్నం అవ్వగానే గాలంతాడు పైపైకి లేస్తూ ఉంది.

కానీ చేప మాత్రం ఎప్పటికంటే కొద్దిగా ఎత్తున మాత్రమే ఈదుతుంది. ఎండ అంతా ముసలాయన ఎడమ చేతిమీద, భుజం మీద, వీపు మీదా పడుతున్నట్టుంది. కాబట్టి చేప తూర్పు దిక్కుకో, ఉత్తరానికో మరలి ఉంటుందని ఊహించాడు.

ఇప్పుడా చేపని అతను చూశాడు కాబట్టి అదెక్కడ ఈదుతుందో అతను అంచనా వెయ్యగలుగుతున్నాడు. అది తన ఊదారంగు ముందుప్రక్క రెక్కల్ని వెడల్పుగా చాచి వెళ్తుండొచ్చు. దాని తోక నిటారుగా చిక్కటి నీళ్లని చీల్చుకుంటూ పోతూ ఉంటుంది. అంతలోతులో అది ఏమాత్రం చూడగలదో అనుకున్నాడు. దాని కన్ను చాలా పెద్దది. అంతకన్నా చిన్న కళ్లున్న గుర్రం చీకట్లో చక్కగా చూడగలదు. ఒకప్పుడు నేను కూడా చీకట్లో బాగానే చూసేవాణ్ణి. మసకచీకట్లో పిల్లిలాగా చూడగలగేవాణ్ణి.

ఎండవల్లనో లేదా పదేపదే వేళ్లు కదల్చడం వల్లనో గానీ మొత్తానికి అతని ఎడమచేతి నొప్పి పూర్తిగా తగ్గిపోయింది. ఇప్పుడా చేతిమీద కాస్త ఎక్కువ బరువు మోపి, తాడు ఒరిపిడి నుంచి ఉపశమనం కోసం వెనక్కి ఒళ్లు విరుచుకున్నాడు.

“నువ్వింకా అలసిపోలేదంటే చాలా విచిత్రమైన చేపవే,” అన్నాడతను.

అతనప్పటికే చాలా అలసిపోయాడు. ఇంకాసేపట్లో చీకటి పడుతుంది అనుకుంటూ వేరేవిషయాల గురించి ఆలోచించడానికి ప్రయత్నించాడు. బేస్బాల్ లీగుల గురించి ఆలోచిస్తున్నాడు. వీటిని అతడు చాలా పెద్ద లీగులతో సమానంగా చూస్తాడు. ఈ లీగులో న్యూయార్క్ యాంకీలు డెట్రాయిట్ టైగర్లతో ఆడుతున్నారని అతనికి తెలుసు.

ఆ ఆటల ఫలితాల గురించి నాకు తెలీక ఇది రెండోరోజు. ఐనాసరే నాకు వాళ్లమీద నమ్మకం ఉండాలి. డిమాజియో ఐతే మడమ ఎముక ఎంతనొప్పున్నా ఆటమాత్రం బ్రహ్మాండంగా ఆడతాడు. నేనతని పరువు నిలబెట్టాలి అనుకున్నాడు. అసలింతకీ ఎముకముల్లు[19] అంటే ఏంటో? మనకది లేదు. అది పందెపు కోడికి ఉండే నొప్పిలాగా ఉంటుందా? కోడిపుంజుల్లా దెబ్బలు తింటూ, ఒకటో రెండో కళ్లు పోగొట్టుకుని కూడా పోరాడటం నేనైతే చెయ్యలేను. పశువులు, పక్షులముందు మనిషి ఎప్పుడూ తక్కువే. ఐనప్పటికీ నేను నీళ్ల అడుగున ఉన్న ఆ గొడ్డుచేపలాగా ఉండాలి అనుకున్నాడు.

“సొరచేపలు రానంత వరకే మన గొప్ప, అవి గనక వచ్చాయంటే నా చేపనీ, నన్నూ ఆ దేవుడే కాపాడాలి,” అనుకున్నాడు.

“డిమాజియో అంతటి గొప్ప మనిషి నాలాగా ఇంతసేపు ఈ చేపతో ఉండగలడా? తప్పకుండా ఉంటాడు. అతను పడుచువాడు పైగా బలవంతుడు కూడా. అన్నిటికీ మించి వాళ్ల నాన్న జాలరి. వీటిసంగతి సరేగానీ పాదంలో ముల్లులాగా పెరిగిన ఎముక అతణ్ణి బాగా బాధపెడుతుందా?

“ఏమో నాకేం తెలుసు? నాకెప్పుడూ పాదంలో ఎముకనొప్పి రాలేదు.” అన్నాడు.

పొద్దుగుంకే సమయానికి, తనలో ఆత్మవిశ్వాసం నింపుకోడానికి అతను గతంలోని కొన్ని సంగతులను గుర్తు చేసు

---

19 ఎముకముల్లు (bone spur) – un espuela de hueso, పాదంలో ఎముక అదనంగా పెరగడం. ముల్లులా పెరిగిన ఎముక.

కున్నాడు. కసాబ్లాంకాలో అతిబలవంతుడైన నీగ్రోను బల ప్రదర్శనలో ఓడించిన సంగతి గుర్తు చేసుకున్నాడు. వాళ్లిద్దరూ ఒక రాత్రి ఒక పగలు చాక్పీస్‌తో గీసిన గీత మీద మోచేతులు ఆనించి ముంజేతులు కదలకుండా నిటారుగా నిలబెట్టి పిడికిలి కలిపి బిగించి పోటీపడ్డారు. వాళ్లిద్దరూ ఒకరి చేతిని మరొకరు కిందికి తోసి గెలవాలని గట్టిగా ప్రయత్నం చేశారు. వీళ్ల ఆటమీద చాలామంది పందాలు కట్టారు. కిరోసిన్ లైట్ల వెలుతుర్లో జనమంతా బయటికీ లోపలికీ తిరుగుతూ ఆ నీగ్రో బలమైన చేతులవంకా, మొహం వంకా చూస్తూ ఉన్నారు. మొదటి ఎనిమిది గంటలు గడిచాక నిద్రకోసమని ప్రతి నాలుగు గంటలకోసారి న్యాయనిర్ణేతల్ని మారుస్తూ వచ్చారు. పోటీదార్లిద్దరి చేతిగోళ్ల నుండి రక్తంకారింది. వాళ్లిద్దరూ ఒకళ్లనొకళ్లు చేతులవంకా, ముంజేతుల వంకా, మొహాల వంకా చూసుకుంటూ ఉన్నారు. పందాలు కాసినవాళ్లు లోపలికి బయటికి తిరుగుతూ గోడని ఆనుకుని ఉన్న ఎత్తుకుర్చీల మీద కూర్చుని చూస్తూ ఉన్నారు. ముదురు నీలంరంగులో ఉన్న చెక్క గోడలమీద దీపాల నీడలు దోగాడుతూ ఉన్నాయి. గాలికి దీపాలు అటూ ఇటూ కదిలినప్పుడల్లా నీగ్రో నీడ భారీగా గోడమీద కదుల్తూ ఉంది.

ఆ రాత్రంతా గెలుపు దిశ గంటగంటకీ మారిపోతూ ఉంది. నీగ్రోకి వాళ్లు రమ్ తాగిస్తూ సిగరెట్లు ముట్టిస్తూ ఉన్నారు.

ఆ రమ్ తాగిన తర్వాత నీగ్రో చాలా బలంగా ప్రయత్నించి శాంటియాగో ఎల్ కాంపియోన్ చేతిని మూడు అంగుళాలు కిందికి వంచాడు. కానీ పెద్దాయన (అప్పట్లో ముసలాయన కాదుగా) గట్టిగా తన చేతిని పైకి నెట్టాడు. ఆ దెబ్బతో అంతటి బలవంతుడు,

ఆటగాడైన నీగ్రో పని అయిపోయిందని అతనికి తెలుసు. ఇద్దర్నీ సమఉజ్జీలుగా ప్రకటిస్తారా అని పందాలు కట్టిన వాళ్లంతా అడుగుతుంటే నిర్ణేతలు మాత్రం అడ్డంగా తలలూపుతూ ఉన్నారు. శాంటియాగో తన సత్తువంతా కూడదీసుకుని మెల్లమెల్లగా ప్రత్యర్థి చేతిని చెక్కబల్లపై వంచుతున్నాడు. పోటీ ఆదివారం పొద్దున మొదలై సోమవారం పొద్దుటికి పూర్తయింది. ఇద్దరూ గెలిచినట్టే అనుకుని ఆటను పూర్తిచేయమని చాలామంది సలహా ఇచ్చారు. ఇదైపోతే పోయి ఓడరేవుల్లో చక్కెర మూటలు మొయ్యటమో, హవానా బొగ్గు కంపెనీలో పని చేసుకోడమో ఏదో చెయ్యొచ్చని వాళ్ల ఆలోచన. వాళ్లు పనులకి వెళ్లాలి కానీ ఆ ఆట ఫలితం చూడకుండా వెళ్లాలని ఎవరికీ లేదు. ఏమైతేనేం, పనివేళకంటే ముందే అతను గెలిచి ఆటని ముగించాడు.

ఆ తర్వాత చాన్నాళ్లు అందరూ పెద్దాయన్ని విజేత అని పిలిచేవాళ్లు. ఆ తర్వాత వసంతకాలంలో మలివిడత పోటీ జరిగింది. దీన్లో పెద్దగా ఎవ్వరూ పందాలు కట్టలేదు. ఈ పోటీలో పెద్దాయన అవలీలగా గెలిచాడు. సెయిన్ ఫ్యోగోస్ నుంచి వచ్చిన నీగ్రో మొదటిసారే ఇతని దగ్గర మనోధైర్యం కోల్పోయి ఉన్నాడు కాబట్టి ఈసారి ఇతని గెలుపు తేలికైంది. ఆ తర్వాత మరికొన్ని పోటీల్లో పాల్గొని ఇక కొన్నాళ్లకి మానేశాడు. తను గట్టిగా తల్చుకుంటే ఎంతటి ప్రత్యర్థినైనా మట్టి కరిపించగలననే నమ్మకం వచ్చింది. ఐతే ఈ ఆటలు ఎక్కువ ఆడితే కుడిచేతికి అంత మంచిది కాదని, అందువల్ల చేపలు పట్టడానికి ఇబ్బందౌతుందని ఆడటం మానుకున్నాడు. అలవాటు తప్పకూడదని ఎడమచేత్తో సరదాకి కొన్ని ఆటలాడాడు కానీ అది చెప్పినమాట వినకుండా

దానికి తోచినట్టు ప్రవర్తించేది. అందుకని ఆ చేతిని నమ్మడం మానేశాడు.

ఎండ నాచేతిని చక్కగా వెచ్చబెడుతుంది. రాత్రికి మరీ చలిగా ఉంటే తప్ప ఇది మళ్లీ నొప్పెట్టకూడదు. ఈ రాత్రి ఎలా గడవబోతుందో?!

మయామి వైపుగా వెళ్తున్న విమానమొకటి అతని తలపైన ఆకాశంలో సాగిపోతుంటే, ఎగిరిదూకుతున్న చేపల గుంపులు బెదిరిపోవడం కనపడిందతనికి.

"ఇన్నేసి చేపలు పైకి ఎగురుతున్నాయంటే కచ్చితంగా ఇక్కడ డాల్ఫిన్ ఉండితీరాలి," అన్నాడు. గాలం తాడు లాగుతూ వెనక్కి ఒరిగి చేపను లాగడానికి ప్రయత్నించినా అతనివల్ల కాలేదు. తెగిపోవడానికి సిద్ధంగా ఉన్నట్టు తాడు బిరుసెక్కింది. దానిపైన నీటిచుక్క వణుకుతుంది. పడవ నిదానంగా కదుల్తుంది. ఆయన విమానం దూరమయ్యేదాకా దాన్నే చూస్తూ ఉన్నాడు.

విమానం లోపల వింతగా ఉంటుందేమో అనుకున్నాడు. అంత ఎత్తునుంచి చూస్తే సముద్రం ఎలా కనిపిస్తుందో? మరీ అంత ఎత్తులో ఎగరకపోతే వాళ్లకి చేపలు కూడా కనపడొచ్చు. నాకైతే నిదానంగా రెండొందల బారల ఎత్తుకి ఎగిరి అక్కణ్ణుంచి చేపల్ని చూడాలని ఉంది. తాబేటి పడవల్లో తెరచాప అడ్డ నిలువు దూలాలూ కలిసేచోటుని పట్టుకుని నిలబడి చూసినపుడు కూడా చాలా విశేషాలు కనపడేవి. అక్కణ్ణుంచి చూస్తే చారల ఒంటిమీద ఊదారంగు చుక్కలతో ఆకుపచ్చరంగు డాల్ఫిన్లు గుంపులుగా ఈదుతూ కనబడతాయి. ఉధృతమైన ప్రవాహంలో వేగంగా ఈదే చేపల వీపులమీద ఈ ఊదా చారలు ఎందుకుంటాయో? ఇంతకీ

అవి చారలో లేక మచ్చలో! సరే ఆకుపచ్చ రంగంటావా, అది వాటి ఒంటిమీది బంగారు ఛాయ వల్ల అయుండొచ్చు. అది బాగా ఆకలితో ఉండి వేటకి వచ్చినప్పుడు మాత్రం, మార్లిన్ లాగా దాని రెండు వైపులా ఆ ఊదా చారలు మరీ స్పష్టంగా కనపడతాయి. అది కోపంగా ఉన్నపుడు, బాగా వేగంగా వెళ్తున్నపుడు ఆ చారలు బయటికి కనిపిస్తాయేమో?

చీకటి పడటానికి కాస్త ముందు, వాళ్లు వెళ్తున్న దార్లో సర్గాసో నాచు పైకిలేచి దానికదే ఒక పెద్ద ద్వీపంలాగా పల్చటి సముద్రం మీద గాలికి ఊగుతుంటే, ఒక పసుపుపచ్చ దుప్పటి కింద సముద్రం ఎవరితోనో ముద్దుముచ్చటలో మునిగిపోయినట్టు కనిపిస్తుంది. అతని చిన్న గాలానికి ఒక డాల్ఫిన్ పడింది. అది గాల్లోకి ఎగిరినప్పుడు మొదటిసారి చూశాడతను. సూర్యుడి చివరికిరణాల్లో మేలిమి బంగారు ఛాయలో మెరిసిపోతూ తపతపా కొట్టుకుంటూ వంగుతూ గాల్లోకి పైకి ఎగిరింది. అది భయంతో పిల్లిమొగ్గలేస్తున్నట్టు అదేపనిగా ఎగురుతుంది. అతను కుడిచేత్తో తాడుని పట్టుకుని, ఒకపక్కగా నక్కి పడవ వెనక వైపుకి చేరుకుని, ఎడమచేత్తో డాల్ఫిన్ని లోపలికి లాగాడు. కుడిచేత్తో లాగుతున్న తాడు మీద చెప్పుల్లేని ఎడమపాదాన్ని పెట్టి ఆపుతూ ఇంకా లోపలికి లాగుతూ ఉన్నాడు. పెద్దచేప పడవ ముందుభాగంలో ఉండి గాభరాగా మునుగుతూ తేలుతూ ఉన్న సమయంలో ముసలాయన పడవకి వెనకవైపున వొంగి ఊదా మచ్చలతో తళతళ మెరిసే బంగారురంగు డాల్ఫిన్ని పైకి లాగాడు. ఆ చేప గిజగిజలాడుతూ కొక్కానికి ఉన్న తాడుని దవడలతో కొరకడానికి ప్రయత్నించింది. అది బల్లపరుపుగా ఉన్న తన పొడుగాటి

ఒంటితోనే కాకుండా, తోకతోను, తలతో కూడా పడవ అడుగు భాగాన్ని ఎడాపెడా బాదుతుంది. అలా పెనుగులాడుతున్న చేప గిలగిల్లాడి నిర్జీవంగా పడిపోయేవరకూ, బంగారురంగులో మెరిసిపోతున్న దాని తలమీద అతను కొడుతూనే ఉన్నాడు.

ముసలాయన కొక్కాన్నుంచి చేపని విడదీశాడు. దానికి ఇంకో నూనెకవని గుచ్చి మళ్లీ నీళ్లలోకి విసిరేసి అనీం దగ్గరికి మెల్లగా చేరుకున్నాడు. ఎడమచేతిని కడుక్కుని ప్యాంటుకి తుడుచుకున్నాడు. అప్పుడు బరువుగా ఉన్న తాడుని కుడిచేతి నుంచి ఎడమచేతికి మార్చుకున్నాడు. సముద్రంలోకి కుంగి పోతున్న సూర్యబింబాన్ని, ఏటవాలుగా నీళ్లలోకి వెళ్తున్న తాడుని చూస్తూ కుడిచేతిని నీటితరగల మీద కడుక్కున్నాడు.

"ఈ చేప పద్ధతి ఏమాత్రం మారలేదు," అనుకున్నాడు. అతని చేతిమీదుగా పోతున్న నీటితాకిడిని బట్టి అది కచ్చితంగా నిదానంగా పోతుందని అనుకున్నాడు.

పడవ వెనక అడ్డంగా రెండు తెడ్లను కలిపి కడితే ఈరాత్రికి ఇది కాస్త అదుపులోకి వస్తుంది అనుకున్నాడు. "ఆ చేపలాగే నాక్కూడా ఈ రాత్రి గడిచిపోతుంది."

డాల్ఫిన్ని కోసి పేగులు తీసేసే పని కాసేపయ్యాక చెయ్యొచ్చు. అలాగైతే మాంసానికి బాగా నెత్తురు పడుతుంది. దాంతోపాటే పడవ మెల్లగా వెళ్లడానికి తెడ్లని కూడా కట్టొచ్చు. ఈ పెద్దచేపని ఇప్పటికి ప్రశాంతంగా వదిలెయ్యడం మంచిది. పొద్దు వాలేటప్పుడు ఏ చేపకైనా కష్టంగానే ఉంటుంది. సాయంకాలం దీన్నెక్కువ కదిలించకూడదు అని తనకి తాను చెప్పుకున్నాడు. తన చేతిని గాలికి ఆరబెట్టుకుని, తాడుని అందుకున్నాడు. ముందున్న

చెక్కమీదకి ఒరగడానికి అనువుగా శరీరాన్ని అమర్చుకున్నాడు. ఆరకంగా చేప బరువు తనమీదకంటే పడవమీద ఎక్కువ పడేలా జాగ్రత్తపడ్డాడు.

ఈ పని ఎలా చెయ్యొచ్చో ఇప్పుడిప్పుడే తెలుస్తుంది. ముఖ్యంగా ఇప్పుడు చూస్తున్న ఘట్టం కొత్తది. గుర్తుందిగా, ఎరని తిన్నాక ఇప్పటిదాకా ఆ చేప ఇంకేం తినలేదు. పైగా అది చాలా పెద్దది కాబట్టి దానికి బోలెడు మేత కావాలి. నేను మాత్రం బోనిటో చేపని మొత్తం తినేశాను. రేపటికి డాల్ఫిన్ని తింటాను. నేను దాన్ని డొరాడో[20] అని పిలుస్తాను. బహుశా దాన్ని కోసి శుభ్రం చేసేటప్పుడే కాస్త తినేస్తే నయం. బోనిటోని తినడం కన్నా దీన్ని తినడం కష్టంగానే ఉండొచ్చు. "సర్లే, కష్టపడకుండా ఏపనీ కాదు," అని నచ్చజెప్పుకున్నాడు.

"చేపమ్మా, ఎలా ఉన్నావు?" అని పెద్దగా అడిగాడు. "నేను బ్రహ్మాండంగా ఉన్నాను. నా ఎడమచెయ్యి కూడా బాగయ్యింది. ఈ రాత్రికీ, రేపటికీ సరిపడా ఆహారం కూడా నా దగ్గర ఉంది. ఇక పడవని లాగు చేపమ్మా."

నిజానికి అతని పరిస్థితి అంత గొప్పగా ఏం లేదు. అతని వీపంతా పాకిన వెన్నునొప్పి దాదాపు నొప్పి స్థాయిని దాటిపోయి వెనకభాగమంతా మొద్దుబారిపోయింది. ఐతే ఓటమిని అతను ఇంకా ఒప్పుకోలేదు. నేను ఇంతకన్నా దారుణమైన బాధలు చూశాను అనుకున్నాడతను. ఏదో నా చెయ్యి కాస్త తెగింది, ఇంకో చెయ్యి నొప్పి తగ్గిపోయింది. నా కాళ్లు బాగానే ఉన్నాయి. పైగా చేప దగ్గరకంటే నాదగ్గరే ఎక్కువ ఆహారం ఉంది.

---

20 డొరాడో (dorado) – బంగారపు రంగుండి, ఎరుపు రెక్కలుండే వేట చేప.

సెప్టెంబర్ నెలలో సూర్యుడు దిగిపోగానే త్వరగా చీకటి పడిపోతుంది. ఇప్పుడు అలానే చిమ్మచీకటిగా ఉంది. పడవలో అరిగిపోయిన పాత చెక్కమీద కూర్చుని కావల్సినంత విశ్రాంతి తీసుకున్నాడు. ఆకాశంలో తొలిచుక్కలు పొడిచాయి. వాటిలో మొట్టమొదటి నక్షత్రం పేరు రైజెల్ అని అతనికి తెలీదు. కాకపోతే అది బయటికొచ్చింది కాబట్టి మిగతా చుక్కలన్నీ కూడా మొహం చూపిస్తాయని, తన దూరపు స్నేహితులందరూ కనపడతారని అనుకున్నాడు.

"ఈ చేప కూడా నా నేస్తమే, ఇట్లాంటి చేప గురించి నేను కనీవినీ ఎరగను," అన్నాడు.

ఐనా దాన్నిప్పుడు నేను చంపక తప్పదు. ఇంకా నయం, మనుషులకి నక్షత్రాల్ని చంపే అవసరం లేనందుకు సంతోషించాలి మనం. ప్రతిరోజూ మనిషి చందమామని చంపడానికి ప్రయత్నిస్తే ఎలా ఉంటుందో ఊహించు. అప్పుడు చంద్రుడు తప్పించుకు పారిపోతాడు. అసలు ప్రతిరోజూ సూర్యుణ్ణి చంపడం మన పనైతే ఇంకెట్లా ఉంటుందో? అక్కడికి మనం అదృష్టవంతులం అనే అనుకోవాలి.

తినడానికి తిండి లేని ఆ పెద్దచేప మీద జాలి పడ్డాడు. దాన్ని చంపాలన్న కృతనిశ్చయంతో ఉన్నాకూడా అతనికి దాని గురించి బాధ కలగడం మానలేదు. ఆ చేప ఎంతమందికి ఆహారానికి సరిపోతుంది అని ఆలోచించాడు. కానీ, దాన్ని తినే అర్హత వాళ్లకుందా? లేదు, ఈ చేప తీరుతెన్నులు, హుందాతనం చూస్తే అంత అర్హతున్న మనుషులెవరూ లేరనిపిస్తుంది.

ఏంటో ఇదంతా అయోమయంగా ఉంది. ఏమోలే, సూర్య చంద్రుల్ని, చుక్కల్ని చంపే అవసరం మనకు లేనందుకు సంతోష పడాలి. సముద్రం మీద తిరిగి మన అన్నదమ్ముల్ని మనమే చంపుకుంటున్నాం, ఇది చాలదా?

ఇప్పుడు నేను పడవ వెనక కట్టాల్సిన తెడ్ల గురించి ఆలోచించాలి. దానివల్ల ఉపయోగం ఉంది కానీ, కొన్ని ఇబ్బందులు కూడా ఉన్నాయి. నేను కట్టే తెడ్ల మూలంగా పడవ నెమ్మదించి ఆ చేపకి పడవని లాగడం కష్టమవ్వచ్చు. అప్పుడు చాలా తాడు జారవిడవాల్సి వస్తుంది. ఆ రకంగా తాడుతో పాటు చేపని కూడా పోగొట్టుకోవాల్సి వస్తుంది. పడవ తేలిగ్గా ఉంటే మా ఇద్దరి కష్టాన్నీ పొడిగించినట్టే. ఐనా నా జాగ్రత్త కోసం అలాగే ఉంచక తప్పదు. ఎందుకంటే ఆ చేప చాలా వేగంగా వెళ్లగలదు. దాని అసలు వేగాన్ని ఇంకా మనకి చూపించలేదు. సరే, ఏదేమైనా నేను డాల్ఫిన్ పాడవకముందే దాని కడుపు లోపలి పేగులు తీసెయ్యాలి. కాస్త బలం పుంజుకోవాలంటే దాన్ని కొంతైనా తినాలి.

నేను ఇంకో గంటసేపు నడుంవాల్చి దాన్ని స్థిమితంగా ఉండనిస్తాను. తర్వాత పడవ వెనకవైపుకి వెళ్లి ఒక నిర్ణయం తీసుకోవాలి. ఈలోగా అదేం చేస్తుందో, ఏమైనా కొత్తగా ప్రవర్తిస్తుందో చూడాలి. తెడ్లని అడ్డంగా పెట్టడం మంచి కిటుకే. ఐతే ఇప్పుడు కాస్త జాగ్రత్తగా ఎత్తు వెయ్యాలి. ఆ చేప ఇంకా బలంగానే ఉండి కొక్కాన్ని గట్టిగా నోటి చివర్న బిగించి పెట్టుకుంది. అది గుచ్చుకోడం దానికి పెద్ద బాధ కాదు. ఆకలి బాధ, దాని చుట్టూ ఏం జరుగుతుందో అర్థంకాని అయోమయం,

ఇవే అసలు బాధలు. ఇదిగో ముసలాయనా, నువ్వు పడుకుని మళ్లీ లేచి పనిలో దిగేవరకూ దాని పని దాన్ని చేసుకోనివ్వు.

తన లెక్క ప్రకారం రెండు గంటలు పడుకున్నానని అనుకున్నాడు అతను. ఈరోజుల్లో చంద్రోదయం చాలా ఆలస్యంగా అవుతుంది. సమయం ఎంతయిందో తెలుసుకునే సాధనమేదీ అతని దగ్గర లేదు. పైగా అతను అంతగా ఒళ్లుమరిచి నిద్ర పోయింది కూడా ఏం లేదు. చేప తాడుని లాగుతున్న ఒరిపిడిని అతని భుజాల మీదుగా భరిస్తున్నాడు. ఎడమచేతిని పడవ ముందుభాగపు అంచు మీద ఆన్చి, చేపని నిలువరించే పని పడవకే అప్పగించాడు.

నేను గేలాన్ని ఎక్కడైనా గట్టిగా బిగించగలిగితే పని సులువౌతుంది. కానీ చేప ఒకసారి దూకితే తాడు తెగిపోతుంది. అది తాడుని గట్టిగా లాగినప్పుడు ఆ కుదుపుల్ని తట్టుకోవాలంటే నా ఒంటిని అడ్డుపెట్టాలి. ఎక్కువ తాడు వదలడానికి రెండు చేతులూ ఎప్పుడూ సిద్ధంగా ఉండాలి.

“ఏదీ, అసలు నువ్వింతవరకూ సరిగ్గా నిద్రపోనిదే?” అనుకున్నాడు. పగటిలో ఒక సగం, తర్వాత పూర్తి రాత్రి, మరొక పూర్తి పగలు గడిచిపోయాయి. నువ్వు మాత్రం నిద్రపోలేదు. ఆ చేప అలా నిలకడగా, శాంతంగా ఉండగానే నువ్వు నిద్రపోయేలా ఏదైనా మార్గం ఆలోచించు. లేకపోతే బుర్ర సరిగ్గా పనిచెయ్యదు.

నా బుర్ర దివ్యంగా పనిచేస్తుంది, అని సర్ది చెప్పుకున్నాడు. నా తోబుట్టువులైన నక్షత్రాలంత స్పష్టంగా ఉంది నా బుర్ర. ఐనా నేను నిద్రపోక తప్పదు. నక్షత్రాలు, సూర్యుడు, చంద్రుడు కూడా నిద్రపోతారు. ఒక్కోసారి అలలు లేకుండా ప్రశాంతంగా

ఉన్నరోజుల్లో సముద్రం కూడా చక్కగా నిద్రపోతుంది.

ఈ తాళ్లని పట్టుకుని ఉంచడానికి ఏదైనా తేలిక మార్గం ఆలోచించి నేను నిద్రపోక తప్పదు. ఇక వెళ్లి డాల్ఫిన్ని సిద్ధంచేయి. నీకు నిద్రపోయే ఉద్దేశం ఉన్నప్పుడు పడవ నెమ్మదిగా వెళ్లేట్టు తెడ్లని కట్టి చేపను ఆపడం చాలా ప్రమాదకరం అని హెచ్చరించు కున్నాడు.

నేను నిద్రపోకుండా కూడా ఉండొచ్చు కానీ అది ఇంకా ప్రమాదం.

తన కదలికల వల్ల చేప ఏమాత్రం అదరకుండా చేతులూ, మోకాళ్ల మీద పాకుతూ అతను నిదానంగా పడవ వెనక వైపు వెళ్లాడు. అది మాగన్ను నిద్రలో ఉందేమో, ఐనా దాని చివరి క్షణం వరకూ దానికి విశ్రాంతి ఇవ్వకూడదు అనుకున్నాడు.

పడవ వెనక భాగానికి చేరుకున్నాక అతను పక్కకి తిరిగాడు. అలా తిరగడం వల్ల తాడు ఒత్తిడంతా భుజం మీదుగా అతని ఎడమచేతి మీద పడింది. కుడిచేత్తో ఒరలోనుంచి చాకుని బయటికి తీశాడు. ఆకాశంలో చుక్కలు మిలమిలా మెరుస్తున్నాయి. వాటి వెలుతురులో డాల్ఫిన్ స్పష్టంగా కనపడింది. అతను చాకుని దాని తలలోకి గుచ్చి దాన్ని పడవవెనక చెక్కపలక కింది నుంచి బయటికి లాగాడు. ఒక పాదాన్ని చేపమీద నొక్కి పెట్టి దాని కిందభాగం నుంచి దవడ చివర్ల వరకూ ఒక్క ఊపులో చీల్చేశాడు. అప్పుడు చాకుని కిందపెట్టి కుడిచేత్తో దాని పొట్టని శుభ్రం చేశాడు. పేగుల్ని బయటికి లాగి మొప్పల్ని గీకేసి పూర్తిగా శుభ్రం చేశాడు.

దాని పొట్టభాగం చేతిలోనుంచి జారిపోతూ బరువుగా అనిపించి దాన్ని కూడా చీల్చి తెరిచాడు. దాని పొట్టలోపల రెండు

పరవమీనులు ఉన్నాయి. అవి చాలా తాజాగా, గట్టిగా ఉన్నాయి. వాటిని పక్కపక్కన పెట్టి మొప్పల్ని, పేగుల్ని, మిగతా పనికిరాని పదార్థాన్ని పడవ వెనకవైపుగా విసిరేశాడు. అవి నీటిలో మునిగిపోతూ కాంతిజాడల్ని వదిలాయి. నక్షత్రకాంతిలో డాల్ఫిన్ వెలిబూడిద లాంటి తెలుపు రంగులో చలనం లేకుండా పడుంది. దాని తలమీద అతని కుడిపాదాన్ని ఉంచి ఒంటిపైన ఒక వైపు చర్మాన్ని వొలిచాడు. తర్వాత పక్కకి తిప్పి మరోవైపు చర్మాన్ని కూడా వొలిచాడు. తలనుండి తోక వరకూ నిలువునా రెండువైపులా కోశాడు.

ఆ మిగిలిన కళేబరాన్ని పడవలో నుంచి బయటికి విసిరేసి, నీళ్లేమైనా సుళ్లు తిరుగుతున్నాయా అని చూశాడు. కానీ, మెల్లగా మునిగిపోతున్న దాని వెలుతురు మాత్రమే కనపడింది. అప్పుడతను వెనక్కి తిరిగి పరవమీనుల్ని ఇంతకుముందున్న రెండు చేపముక్కల మధ్యలో పెట్టి కత్తిని ఒరలో దోపుకున్నాడు. నిదానంగా పడవ ముందు భాగానికి చేరుకున్నాడు. వీపుమీద లాగుతున్న తాడు బరువువల్ల అతని వీపు వంగిపోయి ఉంది. అతని కుడిచేతిలో చేప ఉంది.

అనీంలో నుండి రెండు చేపముక్కల్ని బయటికి తీసి చెక్కమీద పెట్టాడు. వాటిపక్కనే పరవమీనుల్ని ఉంచాడు. తర్వాత ఆ తాడుని భుజమ్మీద కొత్తచోటుకి లాక్కున్నాడు. దాన్ని తిరిగి పడవ అంచుమీద ఆన్చిన ఎడమచేత్తో పట్టుకున్నాడు. పక్కకి ఒరిగి పరవమీనుల్ని నీళ్లలో కడుగుతూ తన చేతిమీదుగా వెళ్తున్న నీటివేగాన్ని గుర్తించాడు. చేప పొలుసులు అతుక్కుని తెల్లగా మెరుస్తున్న చర్మం మీదుగా నీళ్లు వెళ్లడాన్ని చూస్తున్నాడతను.

ప్రవాహం మరీ అంత ఉధృతంగా ఏం లేదు. చేతిని ఒకపక్కన పడవచెక్కమీద రుద్దాడు. రాలిపడ్డ పొలుసులు నీళ్లమీద తేలి దూరం పోయి మునిగిపోయాయి.

"ఆ చేప అలసిపోయిందేమో, లేకపోతే విశ్రాంతి తీసుకుంటూ ఉండొచ్చు. ఇక నేను ఈ డాల్ఫిన్ని తినేపని మొదలెట్టాలి. ఆ తర్వాత కాస్త నిద్రా, విశ్రాంతీ కావాలి," అనుకున్నాడతను.

ఆ చలిరాత్రిలో, నక్షత్రాలకింద సగం డాల్ఫిన్ ముక్కని తిని, శుభ్రంచేసి తల కోసేసిన ఒక పరవమీనుని కూడా తిన్నాడు.

"ఈ డాల్ఫిన్ని వొండుకు తింటే ఎంత కమ్మగా ఉంటుందో. అదే పచ్చిగా తింటే అంత చెత్తగా ఉంది. ఇంకోసారి నిమ్మకాయలు, ఉప్పు లేకుండా పడవ మీదకెక్కితే ఒట్టు," అనుకున్నాడు ముసలాయన.

"నాకు బుర్ర పనిచేసి సముద్రపు నీళ్లని అనీం మీద పోసి రోజంతా ఆరబెడితే ఈ పాటికి చక్కగా ఉప్పు తయారయ్యేది. సందెవేళదాకా ఆ డాల్ఫిన్ని కొక్కానికి వేలాడదియ్యలేదు కూడా. పైగా బాగా నమిలి తిన్నాను. సరిగ్గా తయారుచెయ్యకుండా తిన్నా కడుపులో తిప్పలేదు," అని సర్ది చెప్పుకున్నాడు.

ఆకాశం తూర్పువైపు నుండి మూసుకొస్తుంది. అతనికి తెలిసిన చుక్కలన్నీ ఒక్కొక్కటిగా కనుమరుగౌతున్నాయి. తను ఒక పెద్ద మేఘాల సొరంగంలోకి వెళ్తున్నట్టు అనిపించిందతనికి. గాలి వీయడం కూడా తగ్గింది.

"ఇవ్వాళా రేపట్లో ఏం దిగుల్లేదు కానీ, ఒక మూణ్ణాలుగు రోజుల్లో వాతావరణం ఇబ్బందిపెట్టేలా ఉంది. ముసలాయనా,

ఇక ఆలోచన కట్టిపెట్టి ఆ చేప నిమ్మళంగా ఉండగానే నువ్వొక కునుకుతీస్తే మంచిది.

అతను తన బరువునంతా అనీం మీద ఆన్చి గాలం తాడుని కుడిచేత్తో గట్టిగా పట్టుకుని దానికి ఆసరాగా తన తొడని పైకెత్తి మోపు చేశాడు. తర్వాత ఆ తాడుని భుజంమీదకి జరుపుకుని ఎడమచేతిని దానిమీద బిగించాడు.

తాడు బిగువుగా కట్టి ఉన్నంతవరకూ నా కుడిచెయ్యి పట్టుకుని ఉండగలదు. ఒకవేళ అది నిద్రలో పట్టువదిల్తే ఎడమచెయ్యి నన్ను నిద్ర లేపుతుంది. ఇదంతా నా కుడిచేతికి శిక్షలా ఉంది, ఐనా తప్పదు, దానికలవాటే. నేను కనీసం ఒక పావుగంటో, అరగంటో నిద్రపోతే మంచిది. అతను ముందుకి ఒరిగి శరీరాన్నంతా తాడుపక్కకి కుదించుకుని, బరువంతా కుడిచేతి మీదకి మోపి వెంటనే నిద్రపోయాడు.

అతనికి సింహాల గురించిన కలలు రాలేదు కానీ దాని బదులుగా జతకట్టే ఋతువులో దాదాపు ఎనిమిది నుంచి పదిమైళ్ల పొడుగునా ఎగిరెగిరిదూకే తూరమీనులు కల్లో కనపడ్డాయి. అవి చెంగుమని అంతెత్తున ఎగిరి మళ్లీ నీళ్లలో ఏర్పడ్డ కన్నాల్లోకి దూరిపోయాయి.

మళ్లీ అతనికి తన వూర్లో మంచం మీద ఉన్నట్టు కలొచ్చింది. ఈలోపు ఉత్తరపు గాలి తాకి చలేసింది. కుడిచేతిని తల కింద దిండులాగ పెట్టుకోవడం వల్ల అది మొద్దుబారిపోయింది.

ఆ తర్వాత అతనికి పొడుగాటి పసుప్పచ్చ సముద్రతీరం కలలోకొచ్చింది. తొలిఝాము చీకట్లలో తీరం మీదికి నడిచొచ్చే మొదటి విడత సింహాలగుంపు కనపడింది. తర్వాత మరికొన్ని

సింహాలొచ్చాయి. సాయంకాలపు తీరపు గాలిలో ఓడలు లంగరేసే చోట అతను పడవ అంచుమీద గడ్డమానించి చూస్తున్నాడు. మరిన్ని సింహాలకోసం అతను కాసేపు సంతోషంగా ఎదురు చూశాడు.

చంద్రోదయమయ్యి చాలాసేపైనా అతనింకా నిద్రపోతూనే ఉన్నాడు. పెద్దచేప నిదానంగా కదుల్తుంటే పడవ మెల్లగా మేఘాల సొరంగంలోకి వెళుతూ ఉంది.

అసంకల్పితంగా కుడి పిడికిలి మొహమ్మీదకి రాబోతుండగా ఉలిక్కిపడి నిద్రలేచాడు. చేప లాగటంవల్ల కుడిచేతికి తాడు ఒరుసుకుపోయి మండుతుంది. అతని ఎడమచెయ్యి ఎలాగూ తిమ్మిరెక్కిపోయింది. కుడిచేత్తోనే కదలకుండా గట్టిగా పట్టుకోవడానికి చూశాడు కానీ తాడు పట్టుజారిపోయింది. ఈలోగా ఎడమచెయ్యి ఎలానో పట్టుచిక్కించుకుని తాడుని లాగింది. అతను తాడుకు వీపునానించి కూర్చున్నాడు. ఇప్పుడు ఎడమచెయ్యి, వీపు రెండూ మండటం మొదలెట్టాయి. ఎడమచేతిమీద బరువంతా పడి తాడు ఒరుసుకుని చర్మం చీరుకుపోతుంది. అతను తాడుచుట్టవైపోసారి చూశాడు. అది చక్కగా బయటికి వెళ్తుంది. సరిగ్గా అప్పుడే సముద్రంలో పెద్ద శబ్దం చేస్తూ చేప పైకి ఎగిరింది. మళ్లీ వెంటనే భారీ ఆకారంతో కింద పడింది. అదట్లా ఎగిరెగిరి పడుతూనే ఉంది. తాడు జరజరా బయటికిపోతున్నా పడవ వేగంగా వెళ్తూనే ఉంది. తాడు తెగిపోనంత వరకూ ఒత్తిడి పెంచుతూ తగ్గిస్తూ ముసలాయన దాన్ని పట్టుకుని ఆపుతున్నాడు. ఆ ఊపుకి అతను ముందుకి ఒరిగి అనీం మీదకొచ్చి పడ్డాడు. అతని మొహం కోసిపెట్టిన డాల్ఫిన్ ముక్కల్లో పడింది. అతనిక కదల్లేకపోయాడు.

ఇదే, సరిగ్గా ఈ సమయంకోసమే ఎదురు చూస్తున్నా. ఇప్పుడు వెనక్కి తగ్గేది లేదు. నా తాడుని లాక్కున్నందుకు ఆ చేప ఇంతకింతా అనుభవించక తప్పదు. అంతే, తప్పదు.

చేప ఎగరడం అతనికి కనపళ్లేదు కానీ సముద్రం అతలాకుతలం అయినట్టు పెద్ద చప్పుళ్లతో నీరు ఎగజిమ్మడం వల్ల దాని కదలికలు తెలుస్తున్నాయి. వేగంగా జారుతున్న తాడు చేతిమీద బాగా కోసుకుపోతుంది. చేసేదేం లేదు, ఇలా జరుగుతుందని ముందే తెలుసు. తాడు వేళ్లమీదకి జరక్కుండా కండ ఉన్న అరచేతిమీద సర్దుకున్నాడు.

పిల్లాడు గనక ఇక్కడుంటే తాళ్లచుట్టని తడిపేవాడు. వాడుంటే బాగుండేది. వాడే గనక ఉంటే..?

తాడు కాసేపు త్వరత్వరగా బయటికి పోయి ఇప్పుడు కాస్త నిదానంగా వెళ్తుంది. ఒక్కో అంగుళం లాక్కోడానికి చేప చాలా కష్టపడాల్సొస్తుంది. అతని బుగ్గకింద నుజ్జయిపోయిన చేపముక్క మీదనుంచి మెల్లగా తల పైకెత్తగలిగాడు. ముందు మోకాళ్లమీద బరువుమోపి, తర్వాత మెల్లగా పాదాలమీద నిలబడ్డాడు. తాడుని వదుల్తున్నాడు కానీ వీలైనంత తక్కువ జారనిస్తున్నాడు. తాళ్లచుట్టలు కాలికి తగిలే వరకు అడుగులు వేశాడు. చుట్టలో ఇంకా చాలా తాడు ఉంది. ఈ కొత్తతాడు మొత్తాన్ని లాక్కునే శక్తి దానికి ఉండాలి కదా?

ఇదిగో, ఇప్పటికి కనీసం ఒక డజనుసార్లైనా ఎగిరి దూకింది కాబట్టి దాని మొప్పల్నిండా గాలి నిండి ఉంటుంది. ఒకవేళ అది బాగా లోతుకి వెళ్లాక గనక చస్తే పైకి తేవడం నాకు కష్టమౌతుంది. తొందర్లోనే అది నీళ్లలో చక్కర్లు కొడుతుంది.

అప్పుడు దాని పని పట్టాలి. అసలు ఉన్నట్టుండి ఎందుకిట్లా వెంపర్లాడుతుందో? ఆకలేసి ఉండొచ్చు. చీకట్లో ఏదైనా భయపెట్టి ఉండొచ్చు. లేకపోతే అకారణంగానే భయమేసిందేమో. కానీ అది గంభీరంగా ఉండే బలమైన చేప. అసలు దానికి భయమంటే తెలీదు అన్నట్టు ఉంటుంది. భలే చేపలే, అనుకున్నాడు.

“ఇదిగో, ముసలాయనా! నువ్వు కూడా దానిలాగే ధీమాగా, నిర్భయంగా ఉండాలి. అది నీ చేతిలోనే ఉంది కానీ ఇంకా నీ దగ్గర ఎక్కువ తాడు లేదు. తొందర్లో అది నీళ్లలో గిరికీలు కొట్టక తప్పదు,” అని తనకి తాను చెప్పుకున్నాడు.

ముసలాయన తన భుజాల మీద తాడు బరువుమోపి ఎడమచేత్తో తాడుని పట్టుకున్నాడు. డాల్ఫిన్ మాంసం అంటిన మొహాన్ని కడుక్కోడానికి ముందుకి వంగి, కుడిచేత్తో దోసిట్లోకి కాసిన్ని నీళ్లు తీసుకున్నాడు. అదట్లాగే ఉంటే కడుపులో వికారం పుట్టి వాంతవుతుందేమో అని భయమేసింది. మొహం శుభ్రం చేసుకున్నాక కుడిచేతిని ఉప్పునీళ్లలో ముంచి కాసేపలా ఉండనిచ్చాడు. అలా నీళ్లలో చేతిని కదిలిస్తూ సూర్యోదయానికి ముందే వచ్చే తొలికాంతిని చూస్తూ ఉన్నాడు. చేప దాదాపుగా తూర్పువైపుగా పోతుంది, అంటే అలసిపోయి ప్రవాహంతో పాటు కొట్టుకుపోతుందని అర్థం. ఇక అది మన ఉచ్చులో పడే సమయం దగ్గర్లోనే ఉంది అనుకున్నాడు. అప్పుడు గానీ అసలుపని మొదలవ్వదు.

కావలసినంతసేపు కుడిచెయ్యి నీళ్లలో ఉందని నిర్ధారించు కున్నాక దాన్ని బయటికి తీసి ఒకసారి చూసుకున్నాడు.

“ఫర్లేదులే, మరీ ఘోరంగా లేదు. ఐనా ఈమాత్రం నొప్పిని

ఓర్చుకోలేకపోతే నేనేం మగాణ్ణి?" అని సర్దిచెప్పుకున్నాడు.

కొత్తగాయాలమీద ఒరుసుకోకుండా తాడుని జాగ్రత్తగా పట్టుకున్నాడు. ఎడమచెయ్యి సముద్రపునీటిలో మునిగేలాగా తన బరువంతా పడవ అవతలివైపు మోపాడు.

అతను తన ఎడమచేత్తో మాట్లాడుతున్నాడు, "నువ్వు పడ్డ కష్టమంతా వూరికేపోలేదులే. కాకపోతే నాకు అవసరమైన క్షణంలో అక్కరకురాకుండా పోయావు."

అసలు నేను రెండు మంచిచేతులతో ఎందుకు పుట్టలేదు? ఇన్నాళ్లూ రెండోదానికి సరిగ్గా పనిచెప్పకపోవడం నా తప్పేనేమో! కానీ దానికి నేర్చుకోడానికి కావల్సిన అవకాశాలన్నీ వచ్చాయి. రాత్రి అవసరమైనప్పుడు బాగానే సాయం చేసింది. పైగా ఒక్కసారే నొప్పెట్టింది. మళ్లీ గనక నొప్పి చేస్తే, తాడు చేతిని కోసిపడేసినా పర్వాలేదు.

అతనికెందుకో తను స్పష్టంగా ఆలోచించలేకపోతున్నాడని అనిపించింది. ఇంకో డాల్ఫిన్ ముక్కని నమిలితే మంచిదనుకున్నాడు. కానీ, అది తింటే మళ్లీ పొట్టలో వికారంగా ఉంటుందేమో. ఆ వాంతుల కన్నా బుర్ర తేలిగ్గా ఉండటమే మంచిది అనుకున్నాడు. పైగా నా మొహం కూడా అందులో పడింది ఇందాక, ఇక దాన్ని తిని అరిగించుకోడం కష్టం. అది పాడయ్యేంత వరకు అత్యవసరానికి దాచుకుంటాను. ఐనా ఈ పరిస్థితుల్లో పౌష్టికాహారం గురించి ఆలోచించటం మూర్ఖత్వం. ఒక పరవమీనుని తిని ఊరుకోడం నయం.

శుభ్రం చేసిన పరవమీను పక్కనే ఉంది. దాన్ని అతని ఎడమచేతిలోకి తీసుకుని బొమికలున్నదగ్గర జాగ్రత్తగా నములుతూ

పిసరంత కూడా వదలకుండా తినేశాడు.

నిజానికి ఇది అన్ని చేపలకంటే కూడా బలమైన ఆహారం. కనీసం నాకిప్పుడు కావల్సినంత బలమైతే దీన్నుంచి వస్తుంది. ఇక నేను చెయ్యగలిగింది చేశాను. చేపని ఉచ్చులో పడనీ, అప్పుడు పోరు మొదలుపెడదాం, అనుకున్నాడు.

అతను సముద్రం మీదకి బయల్దేరి మూడు ఉదయాలు గడిచాక, ఆ చేప వలయాలు తిరగడం మొదలుపెట్టింది.

తాడు వాలునిబట్టి కాదు అతను చేప వలయాల్లో తిరుగు తుందని కనిపెట్టింది. దానికి చాలాముందే ఈ విషయం పసిగట్టాడు. తాడు బిగువులో ఒక సూక్ష్మమైన తేడా అతనికి వెంటనే తెలిసింది. తాడును నెమ్మదిగా కుడిచేత్తో లాగాడు. అప్పుడది బిగుసుకుంది. అది ఎప్పుడూ జరిగేదే, ఐతే చిత్రం ఏంటంటే తాడు ఇంకేమాత్రం లాగినా తెగిపోతుందనుకున్న చోట కూడా ఇంకా మామూలుగానే వస్తుంది. అతను భుజాలకి చుట్టుకున్న తాడుని, తలమీదగా తీసి నెమ్మదిగా, నిదానంగా లాగుతున్నాడు. చేతులు రెండిట్నీ అటూ ఇటూ ఊపుతూ కాళ్లతో, మిగతా ఒంటితో తాడు లాగడానికి వీలైనంత ప్రయత్నించాడు. అతని ముసలి కాళ్లు, భుజాలు తాడు బలంగా లాగినవైపుకి తిరిగిపోతున్నాయి.

చేప పెద్ద వలయంలో తిరుగుతుంది. మొత్తానికది సుడిలో పడింది. ఇక తాడు లాగడానికేం లేదు. దాన్నలాగే పట్టుకుని, సూర్యకాంతిలో తాడుమీది నీటిచుక్కలు జారిపడేవరకు చూస్తూ ఉన్నాడు. అప్పుడిక తాడు బయటికి పోవడం మొదలైంది. అతను

మోకాళ్లమీద వంగి కసిగా తాడుని నీలిరంగు నీటిలోకి వదిలాడు.

చేప ఇప్పుడు వలయాన్ని ఇంకాస్త పెద్దది చేస్తూ తిరుగు తుంది. తాడుని మరింత జాగ్రత్తగా పట్టుకోవాలి. అలసటవల్ల అది మెల్లగా చిన్నచిన్న వృత్తాల్లో తిరగడం మొదలుపెడుతుంది, అనుకున్నాడు. ఇంకోగంటలో నా కంటికి కనపడకపోదు. ముందు దాన్ని మచ్చిక చేసుకుని చంపెయ్యాలి.

కానీ ఆ చేప వృత్తాల్లో తిరుగుతూనే ఉంది. ముసలాయన చెమటతో తడిసిపోయాడు. మరో రెండుగంటల తర్వాత వొళ్లు గుల్లయినంత అలసిపోయాడు. ఐతే అప్పటికి చేప దగ్గర్లోనే తిరుగుతుంది. తాడు వంగిన పద్ధతిని చూస్తే, చేప నెమ్మదిగా ఈదుతూ పైకి లేస్తుందని అనిపించింది.

ఒక గంటసేపు ముసలాయనకి కళ్లముందు నల్లచుక్కలు కనపడ్డాయి. కళ్లపైన, కళ్లమీది గాయంమీద, నుదుటిమీద చెమటంతా ఉప్పుదేరిపోయింది. అతనికి కళ్లలో నల్లచుక్కలు కనపడ్డందుకు భయంగా లేదు, తాడుని లాగుతున్న వేగానికి అట్లా అనిపించడం సహజమే. కానీ రెండుసార్లు కళ్లు తిరిగినట్టు, స్పృహ తప్పబోతున్నట్టు అనిపించింది. అందుకు కాస్త బెదిరి పోయాడు.

నేను ఇలాంటి చేప చేతిలో ఓడిపోయి చచ్చిపోవడానికి వీల్లేదు అనుకున్నాడు. అది నా చేతికి చిక్కే సమయంలో దేవుడు నాకు తోడుంటే బాగుండు. నాకీసాయం చేస్తే వందసార్లు పెద్దలకు, వందసార్లు మేరీమాతకు ప్రార్థనలు చేస్తాను. ఐతే ఇప్పటికిప్పుడు చెయ్యలేను.

ఆ ప్రార్థనలన్నీ నేను చేసినట్టే అనుకో. తర్వాత తప్పకుండా మొక్కు చెల్లిస్తాను, అనుకున్నాడు. సరిగ్గా అప్పుడే అతను రెండు చేతుల్తో పట్టుకున్న తాడుకి ఏదో గుద్దుకున్నట్టు ఒక పెద్ద కుదుపుకి లోనయ్యాడు. ఏదో గట్టిగా, బరువుగా కోసుకుపోతూ తగిలినట్టని పించింది.

గాలంచివర తీగని చేప తనతోకతో కొడుతుంది అనుకున్నాడు. అదెప్పటికైనా జరగాల్సిందే. ఇప్పుడు చేప ఎగిరి దూకొచ్చు కూడా. నాకైతే అది ఎగరకుండా వృత్తాల్లో తిరుగుతుంటేనే బాగుంటుంది. గాలికోసం అట్లా ఎగరడం చేపకి అవసరం. కానీ ఎగిరిన ప్రతిసారీ కొక్కెం దగ్గరున్న గాయం పెద్దదయ్యి కొక్కెం ఊడి పోవచ్చు.

"ఎగరొద్దు చేపమ్మా, ఎగరొద్దన్నానా?" అన్నాడు.

చేప మరికొన్నిసార్లు గాలంతీగని ఢీకొంది. అది తల విదిల్చిన ప్రతిసారీ ముసలాయన మెల్లగా తాడుని వదిలాడు.

దాని నొప్పిని ఇట్లాగే ఉండనివ్వాలి. నానొప్పి పెద్ద విషయం కాదు, నేను ఓర్చుకోగలను. కానీ దానికి నొప్పెక్కువైతే పిచ్చెత్తిపోతుంది.

కాసేపయ్యాక చేప గేలాన్ని కొట్టడం మానేసి మళ్ళీ గుండ్రంగా తిరగడం మొదలుపెట్టింది. ముసలాయన నిదానంగా కాస్త తాడుని చేతిలోకి లాక్కోగలిగాడు. కానీ అతనికి మళ్ళీ నిస్సత్తువగా అనిపించింది. ఎడమచేత్తో కొంచం సముద్రపు నీటిని తీసుకుని తలమీద పోసుకున్నాడు. మరికొన్ని నీళ్ళు తీసుకుని మెడవెనక పోసి రుద్దుకున్నాడు.

"నాకిప్పుడేం నొప్పి లేదు. చేప కాసేపట్లో పైకొస్తుంది. తయారుగా ఉండాలి. ఉంటాను. అసలు ఉంటానా లేదా అన్న సందేహం కూడా వద్దు."

అతను అనీం మీదకి వంగుని ఒక క్షణంపాటు తాడుని వీపుమీద వేసుకున్నాడు. గిరికీలు కొట్టినంతసేపూ నేను విశ్రాంతి తీసుకుంటాను. అది తిరిగి మీదికొచ్చినప్పుడు పైకిలేచి దాని సంగతి చూడాలి అని నిర్ణయించుకున్నాడు.

చేప ఒక వలయం తిరిగి వచ్చేవరకూ తాడుని వెనక్కి లాగకుండా అనీం మీద సేదతీరాలని అతనికి బాగా అనిపించింది. కానీ తాడు ఒత్తిడివల్ల చేప పడవకి దగ్గరగా వస్తున్నట్టనిపించింది. అతను పూర్తిగా నిలబడి, జాగ్రత్తగా తాడుని లాగి చుడుతూ చేప దగ్గర్నుంచి మొత్తం తాడుని లోపలికి లాక్కున్నాడు.

ఇంతగా నేనెప్పుడు అలసిపోలేదు. పైగా వ్యాపార పవనం బలం పుంజుకుంటుంది. చేపని నాతో పాటు తీసికెళ్లడానికి ఈ గాలి నాకు చాలా అవసరం.

"చేప ఈ దఫా దూరంగా తిరిగినపుడు నేను విశ్రాంతి తీసుకోవచ్చు. ఇప్పటికి బాగానే ఉన్నాను, అది ఇంకో రెండు మూడు సార్లు తిరిగేసరికి పట్టుకుంటాను," అన్నాడు.

అతని గడ్డిటోపీ తలమీద మరీ వెనకగా ఉంది. చేప పక్కకి తిరగ్గానే ఆ విసురుకి అతను ఉన్నపళాన అనీం మీదకి పడిపోయాడు.

చేపమ్మా, నీ పని నువ్వు చేసుకుంటూ ఉండు, సమయం రాగానే నేనూ నా పనితనం చూపిస్తాను, అనుకున్నాడు.

సముద్రం ఒక మోస్తరుగా పోటెత్తింది. కాకపోతే అది అనుకూలవాతావరణమే. ఆమాత్రం మాములుగాలి ఉంటేగానీ అతను తిన్నగా ఇంటికి చేరుకోలేడు.

"నేను పడవని దక్షిణానికో, పడమటికో నడుపుతాను. సముద్రంమీద మనిషి ఎప్పుడూ తప్పిపోడు. ఇదొక పెద్ద ద్వీపం," అనుకున్నాడు.

మూడోసారి మలుపు తిరుగుతుండగా మొట్టమొదటిసారిగా చూశాడు ఆ చేపని.

ఒక పెద్ద నీడ పడవ కిందినించి దాటడానికి చాలాసేపు పట్టింది, ఆ పొడుగుచూసి అతను తనకళ్లని నమ్మలేకపోయాడు.

"వీల్లేదు, ఆ చేప అంత పెద్దగా ఉండటానికి వీల్లేదు," అన్నాడు.

కానీ నిజంగా ఆ చేప అంత పెద్దదే. ఈ చుట్టు పూర్తి కాగానే ముప్పై గజాల దూరంలో నీళ్లమీదికి వచ్చిందది. నీళ్లలోనుంచి దానితోక బయటికొచ్చి కనపడింది. ఆ తోక ఒక పెద్ద కత్తికంటే పొడుగ్గా, చిక్కటి నీలి రంగు సముద్రపు నీటిమీద లేత ఊదారంగులో ఉంది. చేప నీటి ఉపరితలంకింద కదుల్తుంటే దానివెనక తోక ఒంపుతిరుగుతుంది. దాని ఒంటిమీద వంగపండు రంగులో ఉన్న పెద్దపెద్ద చారల్ని చూశాడు. దాని వెన్నురెక్క కిందకి ఉండి ప్రక్కరెక్కలు రెండువైపులా బార్లా తెరుచుకుని ఉన్నాయి.

ఈసారి వలయం తిరిగినప్పుడు ముసలాయనకి దాని కన్ను కనపడింది. దాని చుట్టూ తిరుగుతున్న రెండు బూడిదరంగు చేపలు కూడా కనపడ్డాయి. ఒక్కోసారి ఆచేపలు ఈ పెద్దచేపని

అంటుకుని తిరుగుతున్నాయి. ఒక్కోసారి వాటిష్టమొచ్చినవైపు వెళ్లిపోతున్నాయి. అప్పుడప్పుడు దాని నీడలో తేలిగ్గా ఈదు తున్నాయి. అవి ఒక్కోటీ మూడడుగుల పొడవున్నాయి. మలుగు[21] చేపల్లాగా తపతపా కొట్టుకుంటూ వేగంగా ఈదుతున్నాయి.

కేవలం ఎండవలన కాదుగానీ ఇంకెందుకో ముసలాయనకి బాగా చెమటలు పోస్తున్నాయి. చేప నిదానంగా చుట్టు తిరిగి నప్పుడల్లా అతని చేతిలోకి కొంత తాడు వచ్చి చేరుతుంది. ఇంకో రెండుసార్లు ఇలా తిరిగితే పంట్రకోలని దిగేసే అవకాశం రావొచ్చు అనిపించింది.

నేనా చేపని మరింత మరింత దగ్గరగా తీసుకురావాలి అనుకున్నాడతను. నేను దాని తల కోసం చూడకూడదు. గుండె కోసం చూడాలి.

“ముసలాయనా, నువ్వు ధైర్యంగా, జాగ్రత్తగా ఉండాలి,” అని హెచ్చరించుకున్నాడు.

మరోచుట్టు తిరిగేసరికి దాని తల కదలడం కనపడింది, కానీ అది పడవకి కాస్త దూరంలోనే ఉంది. చేప నీళ్లలోనుంచి పైకొచ్చి ఇంకా స్పష్టంగా కనపడుతుంది. ఇంకొంచం లాగితే చేపని పడవ దగ్గరకి తెచ్చుకోవచ్చుని ముసలాయనకి గట్టిగా అనిపించింది.

అతను అప్పటికే పంట్రకోలని తయారుగా పెట్టుకున్నాడు. పంట్రకోల తాలూకు తాడు ఒక గుండ్రటిబుట్టలో చుట్టచుట్టి ఉంది. తాడు ఒకవైపు అనీంలో కమ్మీకి కట్టేసి ఉంది.

---

21 మలుగు చేప (eel) – పాములాంటి చేప.

ఇప్పుడా చేప తన పెద్దతోకని అందంగా కదుపుతూ నిశ్శబ్దంగా మరో వలయం తిరుగుతుంది. దాన్ని వీలైనంత దగ్గరికి తేవడానికి తన శక్తి కొద్దీ లాగాడు. ఒక్క క్షణకాలం పాటు చేప అతనివైపు తిరిగింది. మళ్లీ ఒక్కసారి ముందుకి సాగి మరో చుట్టు తిరగడం మొదలుపెట్టింది.

“చేప దగ్గరికొస్తుంది, వచ్చేసినట్లే,” అన్నాడు ముసలాయన.

అతనికి మళ్లీ కళ్లు తిరిగినట్టు అనిపించింది. ఐనా ఆ పెద్ద చేపని తనకి చేతనైనంత గట్టిగా పట్టుకుని ఉన్నాడు. దాదాపు దగ్గరికొచ్చిందనే అనుకున్నాడు. ఈసారైనా నాచేతికి చిక్కుతుందేమో. చేతుల్లారా, గట్టిగా లాగండి. కాళ్లూ, నిటారుగా ఉండండి. ఓ తలా, నువ్వు నాకోసం నిలబడు. నువ్వెపుడూ నన్ను తలదించుకోనివ్వలేదు. ఈసారి తప్పక ఆ చేపని లాగేస్తాను.

అతనెప్పుడైతే తన సర్వశక్తులూ ఒడ్డి చేప పడవపక్కకొచ్చే లోపే లాగెయ్యబోయాడో, అప్పుడు చేప మరోపక్కకి కదిలి దారి సరిచూసుకుని ఈదుకుంటూ దూరం వెళ్లింది.

“చేపమ్మా, నువ్వెలానూ చనిపోతావు. నీతో పాటు నన్నూ చంపుతావా?” అనడిగాడు.

ఇలా ఐతే పెద్దగా ఒరిగేదేం లేదు. అతని నోరు పిడచ గట్టుకుపోయి మాట రావట్లేదు. కానీ నీళ్లు అందుకునే పరిస్థితిలో లేడతను. ఈసారి చేపను దగ్గరికి లాక్కోకతప్పదు అనుకున్నాడు. ఎక్కువసార్లు ప్రయత్నించే ఓపిక లేదు నాకు. కాదు కాదు, ఎన్ని ప్రయత్నాలైనా చెయ్యగలను. ఎప్పటికీ చేస్తూనే ఉంటాను, అనుకున్నాడు.

మరుసటి దఫా వలయంలో తిరిగినపుడు చేప దాదాపు దొరికినట్టే అయింది. కానీ చేప తన దిక్కును సరిచూసుకుని దూరంగా ఈదుకుంటూ పోయింది.

నన్ను చావగొడుతున్నావే చేపమ్మా. పరవాలేదు, నీకా హక్కుంది. నీ అంత హుందాగా, అందంగా ఉన్న పెద్ద చేపని నేను జన్మలో చూల్లేదు. నువ్వు నా తోబుట్టువ్వి. రా, నన్ను చంపు. మనిద్దర్లో ఎవరు ఎవర్ని చంపినా గొప్పగానే ఉంటుంది, అనుకున్నాడు.

ఇప్పుడు నీ బుర్రంతా గందరగోళంగా ఉంది కదా, దాన్నంతా విదిలించేయి. అంతా మర్చిపోయి ఒక పెద్దమనిషిలా, లేదా ఒక చేపలా బాధని భరించడం నేర్చుకో అని తనకి తాను చెప్పుకున్నాడు.

తనక్కూడా సరిగా వినిపించని పీలగొంతుతో, "స్పష్టంగా ఆలోచించాలి. అయోమయం ఉండకూడదు," అన్నాడు.

మరో రెండుసార్లు ఆ చేప దొరికినట్టే దొరికి దూరం పోయింది. ఇప్పుడేం చెయ్యాలో తెలీట్లేదు, అనుకున్నాడు ముసలాయన. చేపని లాగిన ప్రతిసారీ ఆ ఊపుతో చేపతోపాటు తనుకూడా నీళ్లలోకి వెళ్లిపోతాడేమో అనిపించింది. మరోసారి ప్రయత్నిద్దాం అనుకున్నాడు. ఐనా మళ్లీ అలాగే అనిపించింది. చేప మరొకసారి తనని తాను సర్దుకుని దాని పెద్ద తోకని గాల్లో ఊపుతూ ఈదుకుంటూ వెళ్లింది. అతను పట్టు విడవకుండా మళ్లీ లాగాలనుకున్నాడు. అప్పటికే అతని చేతులు పట్టు జారిపోతున్నాయి. పైగా అప్పుడప్పుడు తప్ప సరిగ్గా చూడలేక పోతున్నాడు. అతను మళ్లీ మళ్లీ ప్రయత్నించినా ఫలితం ఏం

మారలేదు. ఇక ఆశ వదిలేసుకునేముందు మరోసారి ప్రయత్నిద్దాం అనుకున్నాడు.

అతని ఒంట్లో మూలమూలల్లో మిగిలిన సత్తువనంతా కూడగట్టుకుని, తను భరించగలిగినంత నొప్పిని భరిస్తూ ఉన్నాడు. తను ఏనాడో వదిలేసుకున్న పౌరుషాన్ని గుర్తుచేసుకున్నాడు. చేప పడుతున్న వేదనని తనతో పోల్చి చూసుకున్నాడు. చేప మెల్లగా అతనివైపు ఈదుకుంటూ వచ్చింది. దాని ముక్కు దాదాపు పడవ అంచుకి తగులుతుంది. అంతులేనంత పొడవుతో, వెండిరంగు వొంటితో, వంగపండు రంగు చారలతో, నీళ్లలో ఈదుతూ పడవని దాటుకుని వెళ్లింది.

ముసలాయన తాడుని కిందేసి తన పాదాన్ని తాడుపైన మోపాడు. వీలైనంత ఎత్తుగా పంట్రకోలని ఎత్తి తన బలం మొత్తాన్ని కూడదీసుకుని, అప్పటికప్పుడు కొత్త బలాన్ని తెచ్చిపెట్టుకుని కిందకి గురిచూసి దింపాడు. దాదాపు మనిషి ఛాతీ ఎత్తులో గాల్లో చేప కనపడింది. సరిగ్గా చేప చాతీ దగ్గరి రెక్కవెనక పంట్రకోల నాటుకుంది. పంట్రకోల చివరి ఇనపముల్లు చేప లోపలికి దిగడం తెలిసింది. పెద్దాయన ముందుకి వంగి, తన బరువంతా మోపి పంట్రకోలని మరికాస్త లోపలికి దింపాడు.

చావుని తనతో వెంట తెచ్చుకుంటూ, చేప ప్రాణాలతో పైకి లేచింది. అది తన బలాన్ని, అందాన్ని, భారీ ఆకారాన్ని చూపిస్తూ నీళ్లలో ఉవ్వెత్తున పైకెగిరింది. అదలా ఎగిరినప్పుడు పెద్దాయన తలమీద గాల్లో వేలాడుతున్నట్టు కనపడింది. తిరిగి వెంటనే పడవమీదా, పెద్దాయన మీదా నీళ్లు చిమ్ముతూ ధభేల్ మంటూ నీళ్లలో పడిపోయింది.

పెద్దాయనకి నీరసంతో స్పృహ తప్పుతున్నట్టు అయి కళ్లు మసకబారాయి. అయినా సరే అతను పంట్రకోల తాడుని సరిచేసి తన మొరటుచేతుల్లోనుంచి జారనిచ్చాడు. అతనికి చూపులో మసక తగ్గగానే వెండిరంగు పొట్టతో చేప వెల్లకిలా కనపడింది. పంట్రకోల ఈటె చేప భుజంమీద నుంచి ఓరగా కనపడుతుంది. దాని గుండెలోనుంచి ఉబికివచ్చే రక్తంతో సముద్రం ఎర్రగా మారిపోతుంది. నీలిరంగు నీటిలో మైలు లోతున చేపలగుంపు వెళ్తున్నట్టు కనిపించింది ఆ రక్తం. తర్వాత అదొక మబ్బులా పరచుకుంది. చేప వెండిరంగులో, కదలకుండా అలలమీద తేలుతూ ఉంది.

ముసలాయన రెప్పపాటులోనే జాగ్రత్తగా గమనించాడు. ఆ తర్వాత పంట్రకోల తాడుని రెండు చుట్లు అనీం కమ్మీ చుట్టూ తిప్పి చేతుల్లో మొహం దాచుకున్నాడు.

“నా పరువు కాపాడు,” అని అతను అనీం దగ్గరున్న చెక్కతో అన్నాడు. “నేను ఓపికలేని ముసలాణ్ణే కావచ్చు. కానీ నా తమ్ముడిలాంటి ఈ చేపని చంపేశాను. ఇక బండ పనంతా చెయ్యాలిప్పుడు.”

పడవకి చేపని కట్టుకుని లాక్కుపోడానికి కావలసిన తాళ్లని, ఉచ్చుల్ని సిద్ధం చేసుకోవాలి. ఒకవేళ ఇద్దరు మనుషులుండి దాన్ని నీళ్లలో ఈడ్చుకొచ్చి పడవలో ఎక్కించినా, అంత బరువుని పడవ మోయగలిగేది కాదు. నేను అన్నీ సిద్ధం చేసుకుని దాన్ని పడవలోకి లాక్కుని బాగా బాదాలి. ఆ తర్వాత తెరచాపనెత్తి ఇంటికి బయల్దేరాలి.

అతను చేపని పడవ పక్కకి లాగుతున్నాడు. దాని మొప్పల్లో

నుంచి నోట్లోకి తాడుని లాగి అనీంకి కట్టెయ్యొచ్చని అతని ఆలోచన. ఆ చేపని ఒకసారి చూసి ముట్టుకుని ఎలా ఉందో తెలుసుకోవాలి. అది దొరకడం నా అదృష్టం. అందుకని కాదు ముట్టుకుని చూడాలనుకోడం, రెండోసారి పంట్రకోల పట్టి లాగినప్పుడు దాని గుండె కదలడం నాకు తెలిసింది. ఇప్పుడిక దాన్ని దగ్గరకి లాక్కొచ్చి తోకకి, నడుముకి ఉచ్చు బిగించి పడవకి కట్టెయ్యాలి.

అతను కాసిని నీళ్లు తీసుకుని తాగాడు. “ముసలాయనా, ఇక యుద్ధం పూర్తయింది. మిగతా బండ పని మిగిలుంది. ఇక లేచి పనిలో పడు,” అని ఉత్సాహపరుచుకున్నాడు.

అతనోసారి ఆకాశం వైపు చూసి మళ్లీ చేప వైపు చూశాడు. సూర్యుడివైపు ఒకసారి జాగ్రత్తగా చూశాడు. ఇంకా మధ్యాహ్నం దాటి అట్టే సమయం గడవలేదు. వ్యాపార పవనాలు ముమ్మరం అవుతున్నాయి. ఈ తాళ్లేం పనికిరావు. ఇంటికెళ్లాక నేనూ, పిల్లాడు కలిసి ఈ తాళ్లని పేనాలి, అనుకున్నాడు.

“ఇలా రామ్మా చేపా,” అని పిలిచాడు. ఆ చేప రాక పోగా సముద్రంలో అక్కడే పొర్లాడుతుంది. ముసలాయన పడవని దానిదగ్గరకు పోనిచ్చాడు.

పడవముందువైపున చేపతల ఆనుకున్నప్పుడు దాని భారీ ఆకారాన్ని చూసి ముసలాయన నమ్మలేకపోయాడు. అతను కొయ్య నుంచి పంట్రకోల తాడును విప్పేసి దాన్ని చేప మొప్పలోనుంచి దవడల్లోకి పోనిచ్చి మరొక మొప్పలోనుంచి బయటకి లాగాడు. ఆ బయటికి లాగిన దాన్ని మరొక చుట్టు కొయ్య చుట్టూరా తిప్పి గట్టిగా ముడేశాడు. తర్వాత తాడుని కత్తిరించి వెనకవైపుకెళ్లి తోకకి

ఉచ్చు బిగించాడు. చేప వంగపండు, వెండి రంగుల మిశ్రమం నుండి ఒట్టి వెండిరంగులోకి మారింది. దాని ఒంటిమీద చారలు మాత్రం తోకలాగే పాలిపోయిన ఊదారంగులో ఉన్నాయి. విచ్చుకున్న అరిచెయ్యంత వెడల్పుగా ఉన్నాయి ఆ చారలు. పెరిస్కోప్‌లో అద్దాల్లాగా, ఉత్సవంలో తిరుగుతున్న సన్యాసి కళ్లలాగా నిర్లిప్తంగా ఉన్నాయి ఆ చేప కళ్లు.

"దాన్ని చంపడానికి ఇంతకన్నా మార్గం లేదు," అన్నాడు ముసలాయన. మంచినీళ్లు తాగిన తర్వాత అతనికి కాస్త తెరిపిగా ఉంది. తల కూడా తేలికపడింది. ఈ పని పూర్తవుతుందన్న నమ్మకం కలిగింది. ఈ చేప కనీసం పదిహేనువందల పౌండ్లు ఉంటుంది. కాస్త ఎక్కువే ఉండొచ్చు కూడా, అనుకున్నాడు. అనుకున్నదాన్లో ముప్పావు వంతు మాంసమొచ్చినా, పౌనుకి ముప్పై సెంట్ల లెక్కన అమ్మితే ఎంత రావచ్చు?

ఈ లెక్కకి పెన్సిల్ కావాలి. నోటిలెక్క చేసేంత నిమ్మళంగా లేదు మనసు. ఏదేమైనా మహావీరుడు డిమాజియో ఇవ్వాళ నన్ను చూస్తే గర్వపడతాడు. నాకు ఎముకముల్లేం లేదు కానీ వీపు, చేతులు మాత్రం బాగా నొప్పెట్టాయి. ఎముకముల్లు అంటే ఏంటో నాకు తెలీదు. అదున్నా బహుశా మనకి ఒంట్లో పెద్ద తేడా తెలీదేమో.

అతను చేపను పడవ అనీంకి, మధ్యభాగానికి, వెనక భాగానికి కలిపి కట్టాడు. అదెంత పెద్దగా ఉందంటే ఆ పడవకి మరొక పెద్దపడవని కలిపికట్టినట్టు కనపడుతుంది. చేప నోరు తెరుచుకుని ఉంటే వాళ్లు వెళ్లే దారంతా రక్తంకారి మురికి అవుతుందని, దాని మొప్పల్ని దవడని కలిపి ఒక తాడు ముక్కతో బిగించాడు. తెరచాప కొయ్యని నిలబెట్టి, తెరచాపని కట్టి, దాని

పైకర్రని కిందికర్రని సరిచేశాడు. అతుకులుపడ్డ తెరచాప విప్పుకుంది. పడవ ముందుకు కదిలింది. పడవ వెనకభాగంలో జారగిలబడి అతను నైరుతి వైపుకి సాగిపోయాడు.

నైరుతి ఎటువైపో తెలియడానికి అతనికి దిక్సూచి అవసరం లేదు. వ్యాపార పవనం వీస్తున్న దిక్కుని బట్టి, తెరచాప కదిలే ఊపుని బట్టి అతను దిక్కులు చెప్పగలడు. ఒక చిన్న తాడుకి గరిటని కట్టి నీళ్లలోకి వదిలితే కాస్త గొంతు తడుపుకోడానికి, తినడానికి ఏమైనా దొరకొచ్చు అనుకున్నాడు. కానీ అతనికి గరిట దొరకలేదు. అతని దగ్గరున్న సన్నచేపలు కుళ్లిపోయాయి. పసుప్పచ్చటి సముద్రపు గడ్డిని కొక్కెంకోలకి వలలా తగిలించి నీళ్లమీద ఉంచాడు. అలా నీళ్లమీద వెళ్తూ దాన్లో చిక్కిన చిన్న రొయ్యలను బల్లకట్టు మీద దులిపాడు. డజనుకన్నా ఎక్కువే ఉన్నాయి రొయ్యలు. అవి తీరంలో కనిపించే ఇసుక పురుగుల్లాగా ఎగిరెగిరి పడ్డాయి. ముసలాయన బొటనవేలు, చూపుడువేలు కలిపి వాటి తలలు గిల్లి, డిప్పల్ని, తోకల్ని నములుతూ ఆ రొయ్యల్ని తినేశాడు. అవి చాలా చిన్నగా ఉన్నాయికానీ బాగా రుచిగా ఉన్నాయి, పైగా బలాన్నిచ్చే ఆహారం కూడా.

ముసలాయన దగ్గర సీసాలో రెండు గుక్కల నీళ్లు మాత్రమే ఉన్నాయి. రొయ్యల్ని తిని సగం గుక్క నీళ్లు తాగాడు. తన చంక కింద చుక్కానిని పెట్టుకుని పడవని నడిపిస్తున్నాడు. అప్పటికున్న అడ్డంకులని బట్టి చూస్తే పడవ బాగా వెళ్తున్నట్టే. పడవకి కట్టిన చేప అతనికి కనపడుతుంది. పడవ వెనక భాగంలో నడుము వాల్చి తన చేతులవైపు చూసుకుని ఇదంతా కలకాదని, నిజంగానే జరిగిందని నమ్మాడు. అతనికి చాలా బాధగా ఇదంతా కలేమో

అని కూడా అనిపించింది. చేప చివరిసారి నీళ్లలోనుంచి పైకిలేచి ఆకాశంలో నిశ్చలంగా వేలాడిన క్షణంలో అతనొక అద్భుతాన్ని చూసినట్టనిపించి అదంతా నిజమని నమ్మలేకపోయాడు.

ఆ క్షణంలో అతని చూపుకూడా మసకబారింది, ఐతే ఆ తర్వాత మాములుగానే చూడగలుగుతున్నాడు. అతని చేతులు, వీపు, ఆ చేప, అన్నీ మామూలుగానే ఉన్నాయని, కల కాదని నమ్మకం చిక్కింది. చేతులు తొందరగానే బాగుపడ్డాయి అనుకున్నాడు.

"చేతుల్ని శుభ్రంగా కడిగేసుకున్నాను. సముద్రపు నీరు తొందరగా నొప్పిని తగ్గిస్తుంది. చిక్కటి గల్ఫ్ సముద్రపునీరు దెబ్బలకి బాగా పనిచేస్తుంది. నేను చెయ్యాల్సిందల్లా తలలో అనవసరమైన ఆలోచనలు పెట్టుకోకుండా తేలిగ్గా ఉంచుకోవడమే. చేతులు వాటి పని అవి బాగా చేశాయి. ఇక పడవ నడుపుకుంటూ వెళ్లడమే మిగిలింది. ఆ చేప మూతి బిగించి కట్టి ఉంది, తోక నిటారుగా ఉంది. ఇకపై అదీ, నేనూ కలిసి అన్నదమ్ముల్లాగా ప్రయాణం చేస్తాం," అనుకున్నాడు.

అంతలోనే అతను ఒక మీమాంసలో పడ్డాడు. ఇంతకీ, "ఈ చేపని నేను తీసుకెళ్తున్నానా, లేక అదే నన్ను తీసుకెళ్తుందా?" అనుకున్నాడు. అది పడవ వెనకాల వేలాడుతూ వచ్చినా, పడవలో ఒక మూలన కిమ్మనకుండా పడున్నా, ఏం అనిపించేది కాదు. కానీ ఇప్పుడది పడవతో సరిసమానంగా ఒక పక్కన ఈదు తున్నట్టుంది. పోన్లే, అదే నన్ను తీసుకెళ్తుందనుకోవడంలో దానికి సంతోషం ఉంటే అలాగే కానీ. ఎత్తులెయ్యడం తప్ప మిగతా ఏ విషయంలోనూ నేను దానికన్నా గొప్పవాణ్ణి కాదు. పైగా అది

నాకు ఏ హానీ చెయ్యలేదు కూడా.

వాళ్లలా చక్కగా సాగిపోతుండగా ముసలాయన తన చేతుల్ని ఉప్పునీటిలో ముంచాడు. ఆలోచనారహితంగా ఉండటానికి ప్రయత్నించాడు. తలపైన దట్టంగా ఉన్న మేఘాలను, వాటి పైన తేలుతున్న కుంతలమేఘాలను చూసి రాత్రంతా చల్లగాలి వీస్తూనే ఉంటుందని అనుకున్నాడు. ఇదంతా నిజమే అని నమ్మటానికి అతను చేపవైపు తదేకంగా చూస్తున్నాడు. మొదటి సొరచేప అతని మీద దాడిచెయ్యటానికి ఒక గంటముందు పరిస్థితి ఇది.

ఆ సొరచేప అక్కడికి దారితప్పి ఏం రాలేదు. చిక్కటి రక్తమేఘం చెదిరిపోయి మైలులోతున సముద్రంలో కలిసినప్పుడు నీటి అట్టడుగునుంచి సొరచేప పైకి లేచింది. అది ఉన్నపళాన ఏ హెచ్చరికలు, సూచనలు ఇవ్వకుండా నీలిరంగు నీటి ఉపరితలాన్ని చీల్చుకుని సూర్యుడి వెలుగులో నిల్చింది. అది మళ్లీ సముద్రంలో మునిగి చేపవాసన పసిగట్టి, పడవకి కట్టిన చేపని అనుసరిస్తూ ఈదడం మొదలుపెట్టింది.

ఒక్కోసారి దానికి వాసన అందేది కాదు. కానీ వెంటనే మళ్లీ ఎలాగో ఆనవాలు పట్టి వేగంగా ఈదుకుంటూ ఆ వాసన వెంటపడి వచ్చేది. సొరచేప తన భారీ ఆకారంతో సముద్రంలోని చేపలన్నిటికంటే వేగంగా ఈదగలదు. దాని దవడలు తప్ప మిగిలిన వొళ్లంతా చాలా అందంగా ఉంది. దాని వీపు కొమ్మసొర్ర[22] చేపలాగా నీలంగా ఉండి, పొట్ట వెండిరంగులో, తోలు నున్నగా ముచ్చటగా ఉంది. ఈదుతున్నప్పుడు గట్టిగా

---

22 కొమ్మసొర్ర (sword fish) – పొడవైన కత్తిలాంటి ముక్కు ఉండే చేప.

మూసుకున్న దాని పెద్ద దవడలు తప్ప మిగతా ఒంటి నిర్మాణం అంతా కొమ్మసొర్రచేప లాగా ఉంది. వెన్నెముకపై ఉన్న రెక్కను ఏ మాత్రం కదల్చకుండా, కత్తిలా నీటి అడుగుని కోస్తూ ముందుకెళ్తుంది. మూసుకున్న దాని వెడల్పైన పెదాల వెనకన ఎనిమిది వరసల పళ్లు లోపలికి వంగి ఉన్నాయి. తక్కిన సొరచేపలకి ఉన్నట్టు దాని పళ్లు త్రికోణాకారంలో లేవు. మనిషివేళ్లని పంజాలాగా వంచితే ఉండే ఆకారంలో ఉన్నాయవి. దాదాపు ముసలాయన చేతివేళ్లంత పొడుగ్గా, రెండు వైపులా కత్తిమొనలాంటి పదునుతో ఉన్నాయి. చాలా బలంగా ఉండి, వేగంగా ఈదగల, కోరపళ్ల చేపలు కూడా దీనికి ఆహారంగా మారతాయి. దానికిప్పుడు తాజాగా చేపరక్తం వాసన రాగానే పదునైన దాని వెన్నురెక్కతో నీటిని కోసుకుంటూ వేగంపెంచి వస్తుంది.

అనుకున్నదాన్ని నిర్భయంగా సాధించే సొరచాప అని అదొస్తున్నప్పుడే పెద్దాయనకి తెలుసు. దాన్నలా చూస్తూనే తాడుని బిగించి పంట్రకోలని సిద్ధం చేసుకున్నాడు. అప్పటికే పెద్దచేపని కట్టెయ్యడానికి తాడు నుండి ఒక ముక్కను కత్తిరించడం వల్ల పంట్రకోల తాడు కాస్త పొట్టిగా అయింది.

ఇప్పుడతని ఆలోచనలు స్పష్టంగా, మెరుగ్గా ఉన్నాయి. అతని సంకల్పం దృఢంగా ఉన్నా, ఆశ మాత్రం బలహీనంగా ఉంది. అన్నీ సరిగ్గా జరుగుతున్న సమయంలో ఇలా అయిందేంటా అనుకున్నాడతను. సొరచేప దగ్గరకి వస్తుండగా పడవకు కట్టి ఉన్న పెద్దచేప వైపు ఒకసారి చూశాడు. ఇదికూడా ఒకవేళ కలేనేమో అనిపించింది. సొరచేప పెద్దచేప మీద దాడి చెయ్య

కుండా ఆపలేను కానీ సొరచేపను పట్టుకోగలనేమో చూస్తాను. పెద్ద కోరల చేపా, ఇక నీకు మూడింది, అనుకున్నాడు.

సొరచేప పడవ వెనకవైపుకి దగ్గరగా వచ్చింది. పడవకి కట్టేసి ఉన్న చేపమీద పడి దాని తోక పైభాగంలోని మాంసం వైపు వెళ్తుంది. అప్పుడు ముసలాయన తెరిచిఉన్న దాని నోటిని, వింతగా మెరిసే కళ్లను, టకటక కొట్టుకునే దాని పళ్లని చూశాడు. నీళ్లలోనుంచి సొరచేప తల పూర్తిగా, వీపు కొద్ది కొద్దిగా బయటికి కనపడుతున్నాయి. ముసలాయనకి పెద్దచేప చర్మం, కండ చీరుకుపోతున్న చప్పుడు వినపడుతుంది. పంట్రకోలని సొరచేప మీద దిగేశాడు. దాని ముక్కుమీదనుంచి వెళ్తున్న నిలువుగీత, కళ్లమధ్యగా వెళ్తున్న అడ్డగీతని తాకిన దగ్గర, దాని తలమీద గురిచూసి దింపాడు. నిజానికి అక్కడ నీలిరంగు తల, పెద్ద కళ్లు, దేన్నైనా నమిలే పెద్దపళ్లు తప్ప అలాంటి గీతలేం దాని మొహమ్మీద లేవు. కానీ అది మెదడు ఉండే చోటు కాబట్టి ముసలాయన అక్కడే దెబ్బకొట్టాడు. రక్తంతో జిగటగా ఉన్న చేతుల్లోకి తన బలాన్నంతా తెచ్చుకుని, పంట్రకోలని చక్కగా దిగేశాడు. అది తగుల్తుందన్న ఆశ లేకపోయినా, గట్టి సంకల్పంతో అతిక్రూరంగా వేటు వేశాడు.

సొరచేప పక్కకి దొర్లింది. ముసలాయనకి దాని కళ్లలో ప్రాణం కనపడలేదు. అది ఇంకోసారి దొర్లి రెండువరసల తాడుచుట్టలో చుట్టుకుపోయింది. దాని పని అయిపోయిందని ముసలాయనకి అనిపించినా చేప మాత్రం ఓటమిని ఇంకా ఒప్పుకోలేదు. తపతపా తోకని కొడుతూ, పళ్లు టకటకలాడిస్తూ నీటిమీద వెల్లకిల్లా స్పీడ్ బోట్ లాగా దున్నుకుంటూ పోయింది. అది తోకతో కొట్టిన

చోటల్లా తెల్లటి నీళ్లు చిల్లుతున్నాయి. దాని దేహం మూడొంతులు నీటి మీద ఉండగానే తాడు దాని చుట్టూ బిగుసుకుని ముక్కలై తెగిపోయింది. సొరచేప నీటిమీద కాసేపు కదలకుండా వుండి తర్వాత మునిగిపోయింది. ముసలాయన దాన్నే చూస్తూ ఉన్నాడు.

"కనీసం నలభై పౌండ్ల మాంసాన్ని తినేసింది," అన్నాడు ముసలాయన. నా పంట్రకోలని, తాడుని కూడా లాగేసుకుంది. నా చేప రక్తమోడుతుంది, ఆ రక్తం వాసనకి వేరే చేపలన్నీ దాడి చేస్తాయిప్పుడు. పాడైపోయిన ఆ చేపవైపు చూడబుద్ధికాలేదతనికి. చేపకి దెబ్బ తగిలినప్పుడు అతనికే తగిలినట్టనిపించింది. నా చేపని చంపిన సొరచేపని నేను చంపేశాను, అనుకున్నాడు. నేను చూసిన కోరల చేపల్లోకల్లా ఇదే పెద్దది. నేనెంత పెద్ద చేపల్ని చూశానో దేవుడికే తెలుసు. ఇక నా అదృష్టం అడుగంటి నట్టుంది. ఇదంతా కలైపోయి, నేనసలు ఆ చేపని పట్టడం అబద్ధమైపోయి, ఒక్కణ్ణే ఇంట్లో పత్రికలు పరుచుకుని నిద్రపోతూ ఉంటే ఎంత బాగుంటుంది.

"కానీ మనిషి ఓడిపోవడానికి పుట్టలేదు. వాణ్ణి నాశనం చెయ్యొచ్చేమో కానీ ఓడించడం కష్టం," ఐనా చేపని చంపి నందుకు కాస్త బాధగానే ఉంది అనుకున్నాడు.

నా పంట్రకోల కూడా దగ్గర లేదు, పాడుకాలం ఇంకా ముందుంది. ఆ సొరచేప బలమైంది, తెలివైంది, క్రూరమైంది, పైగా సమర్థురాలు కూడా. ఐతేనేం, దానికంటే నేనే తెలివైనవాణ్ణి. ఏమో, కాదేమో? నాదగ్గర ఆయుధాలున్నాయి, అంతే.

"ముసలోడా, అంతలా ఆలోచించకు. నీ దారిలో నువ్వు సాగిపో. ఏదైనా కష్టం ఎదురైతే చూసుకోవచ్చు," అన్నాడు.

కాదు, నేను ఆలోచించాలి. ఆలోచన, బేస్‌బాల్ ఆట, ఈ రెండే నాకిప్పుడు మిగిలాయి. సొరచేపని నేను నేరుగా మెదడు మీద కొట్టిన పద్ధతి చూస్తే మహావీరుడు డిమాజియో ఏమంటాడో? నిజానికి అదంత గొప్ప విషయం కాదు. ఆమాత్రం ఎవరైనా చెయ్యగలరు. ఐతే నా చేతినొప్పులు ఎముకముల్లు లాంటి పెద్ద జబ్బుకి సమానం ఔతాయా? ఏమో, నాకెప్పుడూ అలాంటివేం రాలేదు. ఐతే ఒకసారిమాత్రం ఈతకొడుతూ చూసుకోక కందిరీగని కదిలిస్తే మడమమీద కుట్టింది. అప్పుడు మోకాలి కిందంతా విపరీతంగానొప్పెట్టి కాలు పనిచెయ్యకుండా అయింది.

“ఏవైనా హుషారైన సంగతులు గుర్తు తెచ్చుకో ముసలోడా. ఇంకెంతసేపు! నిమిషనిమిషానికి ఇంటికి దగ్గరౌతున్నావు. పడవమీద బరువుకూడా నలభై పౌండ్లు తగ్గింది,” అని తనకి తాను చెప్పుకున్నాడు.

నడి సముద్రంలో ప్రవాహం మధ్యలోకి వెళ్తే ఏమౌతుందో అతనికి తెలుసు. కానీ ఇప్పుడనుకుని చేసేదేం లేదు.

“ఒక దారుంది. నా తెడ్లలో ఒకదాని చివర్లో ఒక చాకుని కడతాను.”

తెరచాపతాడు మీద పాదాన్నిమోపాడు. చుక్కానిని చంకలో పెట్టుకుని తెడ్డుకి చాకుని కట్టాడు.

“నేను ముసలాణ్ణే కానీ నిరాయుధుణ్ణి కానిప్పుడు,” అనుకున్నాడు.

హాయిగా వీస్తున్న చిరుగాలిలో పడవ సాఫీగా సాగిపోతుంది. అతను చేప ముందుభాగాన్ని మాత్రమే చూడటం వల్ల చిన్న

ఆశేదో పొడచూపింది.

బొత్తిగా నిరాశపడటం తప్పు, పాపం కూడా. సర్లే, మిగతా సమస్యలు బోలెడుండగా పాపపుణ్యాల గురించి ఇప్పుడెందుకు? నాకు వాటి తలాతోకా కూడా తెలీదు, అనుకున్నాడు.

ఇంతకీ చేపని చంపడం పాపమా? నాకట్లాంటి నమ్మకాలేం లేవు, నాకివన్నీ అర్థంకూడా కావు. నా ప్రాణాలు కాపాడు కోడానికి, నలుగురి పొట్ట నింపడానికి చేసే పని కూడా పాపమే ఔతుందా? ఆమాటకొస్తే పాపం కానిదేదీ లేదు. ఇప్పుడా గోలంతా నాకెందుకులే, ఇవన్నీ ఆలోచించాల్సిన మనుషులు వేరే ఉన్నారు. చేప చేపగా పుట్టినట్టు నేను బెస్తవాడిగా పుట్టాను. సాన్ పేడ్రో కూడా బెస్తవాడే. మహావీరుడు డిమాజియో వాళ్ల నాన్న కూడా.

కానీ తనకి సంబంధించిన విషయాలన్నిటి గురించి ఆలోచించాలనిపిస్తుంది అతనికి. చదవడానికి పుస్తకాలు, వినడానికి రేడియోలాంటివేం లేకపోవడం వల్ల అతను రకరకాల విషయాల గురించి, ముఖ్యంగా పాపం గురించి ఆలోచిస్తూనే ఉన్నాడు. నువ్వు ఆత్మరక్షణకోసమో, అమ్ముకోడానికో మాత్రమే చేపని చంపలేదు. బెస్తవాడిగా నీ ఆత్మగౌరవాన్ని నిలబెట్టు కోడానిక్కూడా ఆ పని చేశావు. అది బతికున్నప్పుడు, ఆ తర్వాత చచ్చాక కూడా నీకు అదంటే ఇష్టమే. ఇష్టంతో చంపడం పాపం కాదులే! లేక అదే మహాపాపమేమో?!

“మరీ అతిగా ఆలోచిస్తున్నావు ముసలోడా,” అని పైకే అన్నాడు.

కానీ ఆ కోరలచేపని చంపినప్పుడు నీకు భలే మజా వచ్చింది కదా? నీలాగే అది కూడా తాజా చేపల మీద బతుకుతుంది.

అదేం మిగతా చేపల్లాగ చచ్చినవాటిని తినేదో, ఆకలిపొట్టతో తిరిగేదో కాదు. చాలా నిర్భయమైన, అందమైన, గొప్ప చేప.

"నేను ఆత్మరక్షణ కోసమే దాన్ని చంపాను. ఐనా, పద్ధతిగానే చంపాను," అన్నాడు.

ప్రతీ జీవి మరొక జీవిని ఏదో ఒక రకంగా చంపుతూనే ఉంటుంది. నన్ను బ్రతికించేదీ, చంపేదీ కూడా ఈ చేపల వేటే. పిల్లాడి కోసం కూడా బతకాలనిపిస్తుంది. సర్లే, నన్ను నేను మరీ మోసం చేసుకోకపోతే మంచిది.

అతను పక్కకు వంగి సొరచేప కొరికిన చోటునుంచి ఒక మాంసంముక్కని బయటకి లాగాడు. అది పాడవకుండా ఉందా అని దాన్ని కాస్త నమిలి చూశాడు. రుచి బాగుంది. దాని రంగు ఎర్రగా లేదుకానీ గట్టిగా, రసంపట్టి మంచి మాంసంలాగే ఉంది. మాంసం సాగిపోలేదు కాబట్టి బజార్లో మంచి ధర పలుకుతుందని అతనికి తెలుసు.

చేప రక్తంవాసన నీళ్లలో కలవకుండా ఆపే మార్గం లేదు. ఇంకా గడ్డుకాలం రాబోతుందని అతనికి అనిపించింది.

గాలి నిదానంగా వీస్తూ మరింతగా ఈశాన్యం వైపుకి మళ్లింది, అంటే ఇప్పట్లో తగ్గదని అర్థం.

ముసలాయన ముందుకి చూస్తే వేరే పడవలు కానీ, ఓడల తాలూకు పొగకానీ, వేరే ఏ ఆనవాళ్లు కానీ కనపడలేదు. అతనికి అనీం పక్కలనుంచి రెండువైపులా దూరంగా ఎగిరి దూకుతున్న పరవమీనులు, పసుప్పచ్చ సముద్రపు గడ్డి తప్ప ఒక్క పిట్ట కూడా కనపడలేదు.

అతను అప్పుడప్పుడు పడవ వెనకవైపున నడుం వాలుస్తూ, మధ్యమధ్యలో మార్లిన్ మాంసాన్ని తింటూ గడిపాడు. అలా దాదాపు రెండుగంటల పాటు పడవని నడిపాడు. అతనికప్పుడు రెండు సొరచేపల్లో మొదటిది కనపడింది. "ఓయ్!" అని పెద్దగా అరిచాడు. ఆ శబ్దానికి భాషలో అర్థం లేదు. అదెలా ఉందంటే చేతిమీంచి చెక్కలోకి ఒక మేకు దిగబడితే తన ప్రమేయం లేకుండానే వచ్చే అరుపులాగా ఉంది.

"గలానో సొరచేపలు,"[23] అని బిగ్గరగా అరిచాడు. మొదటిదాని వెనకాలే రెండవ రెక్క పైకి రావడం చూశాడు. గోధుమరంగు, త్రికోణాకారపు రెక్కల్ని చూసి, విశాలంగా కదిలే తోకల్ని చూసి అవి పారముక్కు సొరచేపలని గుర్తించాడు. అవి వాసనని పసిగట్టి ఉత్సాహంగా, మూర్ఖంగా, ఆకలితో ఒళ్లు తెలీకుండా ఆ వాసన వెంటపడి వస్తున్నాయి. ఒక్కోసారి దూరం పెరిగినా మళ్లీ వెంటనే దగ్గరికి చేరుతున్నాయి.

ముసలాయన తెరచాపతాడుని చుక్కాని చుట్టూ కదలకుండా గట్టిగా బిగించాడు. చాకు కట్టి ఉన్న తెడ్డుని పైకి తీసుకున్నాడు. నొప్పితో తిరగబడుతున్న చేతుల్తో వీలైనంత మెల్లగా దాన్ని పైకి తీశాడు. తెడ్డుపిడిమీద గుప్పిళ్లను మూస్తూ తెరుస్తూ తేలిక చేసుకున్నాడు. చెయ్యి అదరకుండా ఉండటానికి తెడ్డుపిడి చుట్టూ గట్టిగా వేళ్లని బిగించి, సొరచేపల వైపు చూశాడు. వాటి తలలు వెడల్పుగా, బల్లపరుపుగా, పారమొనల్లాగా పదునుగా ఉన్నాయి.

---

23 గలానో (Galano) – తెల్ల బొల్లి మచ్చలుండి, దేన్నైనా తినగలిగే భయంకరమైన సముద్రపు సొర చేప. వీటి ముక్కు పారలా ఉంటుంది కాబట్టి వీటిని పారముక్కు సొర చేప అంటారు.

ఆ తలలతో పాటు తెల్లటి కొనలున్న వెడల్పాటి రెక్కలు కనపడ్డాయి. అవి దుర్గంధంతో, చూట్టానికి అసహ్యంగా, హంతక ప్రవృత్తి ఉండే రకం చేపలు. వాటికి ఆకలేసినప్పుడు తెడ్డు, చుక్కాని అని చూడకుండా ఏది దొరికితే దాన్ని కొరికేస్తాయి. తాబేలు పిల్లలు నీళ్ల మీద నిద్రపోతున్నప్పుడు ఈ చేపలే వాటి కాళ్లని, పాదాల్ని కొరికేస్తాయి. వాటికి ఆకలేసినప్పుడు మనిషి దొరికినా వదిలిపెట్టవు. ఆ మనిషి దగ్గర చేపజిగట, రక్తంవాసన లాంటివి ఏం ఉండకపోయినా సరే అవి దాడి చేస్తాయి.

"ఓయ్, గలానో సొరచేపల్లారా, రండి. గలానోలూ మిమ్మల్నే," అన్నాడు ముసలాయన.

అవి దగ్గరకొచ్చాయి. కానీ అవి బలమైన మాకో[24] చేపల్లాగా రాలేదు. వాటిలో ఒకటి దగ్గరకొచ్చి కంటికి కనపడకుండా పడవకిందకి చేరి పడవకు కట్టిన చేపని లాగుతుందని, పడవ కుదుపులవల్ల తెలుస్తుంది ముసలాయనకి. రెండోది పసుపురంగు కోలకళ్లతో అతన్ని చూసింది. తన అర్ధ వృత్తాకారపు కోరపళ్లతో నోరు తెరిచి వేగంగా వెళ్లి, చేప ఒంటిమీద మాంసం ఊడిన చోట కొరకడానికి చూసింది. ముసలాయన తెడ్డుకు కట్టిన కత్తితో దాని గోధుమరంగు తలమీద, మెదడుతో వెన్నుపూస కలిసేచోట, పొడిచి బయటికి లాగాడు. పిల్లికళ్లలాంటి దాని పసుపురంగు కళ్లలోకి మరోసారి గుచ్చాడు. అది చేపని వదిలేసి నోట్లో ఉన్న ముక్కని మింగేసి కిందకి వాలిపోయింది.

---

24 మాకో, *Mako Shark (DENTUSO)* – దేనికీ లొంగని అరుదైన సొరచేప. బరువు వెయ్యి పౌండ్లకి పైగా ఉంటుంది. మనుషుల్ని కూడా తినగలదు కానీ సాధారణంగా స్వార్డ్ ఫిష్ జాతి వెంటపడుతుంది.

పెద్దచేప మీద దాడిచేస్తున్న సొరచేపవల్ల పడవ ఇంకా అటూ ఇటూ ఊగుతూనే ఉంది. పడవ ఒక ఊపుతో పక్కకి జరిగి దానికిందున్న సొరచేప బయటికి రావాలని, ముసలాయన తెరచాప తాడుని వదులుచేసి పడవని తేలిపోనిచ్చాడు. సొరచేప కనపడగానే పక్కకి వంగి దానిమీద దాడిచేశాడు. కానీ మాంసం తప్ప ఎముకలు తగిలేంత లోపలికి అతని కత్తి దిగలేదు, పైగా ఆ పోటు వల్ల అతని చేతులు, భుజాలు నొప్పెట్టాయి కూడా. ఐతే సొరచేప మళ్లీ తలంతా కనపడేలా బయటి కొచ్చింది. అది ముక్కును నీళ్లలోనుంచి పైకిలేపి పెద్దచేప దగ్గరకు రాగానే అతను దాని బల్లపరుపు తలమీద గురిచూసి పొడిచాడు. చాకుని బయటికి లాగి, సరిగ్గా అదే చోటులో మళ్లీ పొడిచాడు. కానీ సొరచేప దాని కోరల్ని పెద్దచేప ఒంట్లోకి గుచ్చి అలా పట్టుకునే ఉంది. అప్పుడతను దాని ఎడమకంట్లో పొడిచాడు. ఐనా వదలకుండా అదక్కడే ఉంది.

"ఇలా కాదు," అని అతను చాకుని దాని వెన్నుపూసకి మెదడుకి మధ్య గుచ్చాడు. ఈ పోటు సులువుగా దిగినా మృదులాస్థి చీలడం అతనికి తెలిసింది. పెద్దాయన తెడ్డుని వెనక్కి లాగి కత్తిని దాని దవడల మధ్య దూర్చి తిప్పాడు. సొరచేప నీళ్లలోకి జారిపోతుండగా "గలానో, ఒక మైలు లోతుకి వెళ్లిపో, వెళ్లి నీ స్నేహితురాల్నో, నీ తల్లినో కలుసుకో," అన్నాడు.

చాకుకి అంటిన రక్తాన్ని తుడిచి తెడ్డుని కింద పెట్టేశాడు పెద్దాయన. అప్పుడతను ఇందాక వదిలేసిన తెరచాప తాడును దొరికించుకున్నాడు. గాలి నిండిన తెరచాపతో పడవని దారిలోకి తీసుకొచ్చాడు.

"నా చేపలో పావువంతు మంచిమాంసాన్ని ఇవి తినేసి ఉంటాయి," అనుకున్నాడు.

ఇదంతా కలైపోయి నేను అసలా పెద్దచేపని పట్టకపోతే బావుండేది. చేపా, నన్ను క్షమించు. నేను చేసిన పనులన్నీ తప్పుగా అనిపిస్తున్నాయి. చేపవైపు చూడబుద్ధికాక ఊరుకున్నాడు. రక్తం ఇంకిపోయి, వెండిపూతలాంటి చర్మం పాలిపోయి, చారలు మాత్రం స్పష్టంగా కనపడుతున్న చేపవైపు అతనొకసారి ఆగి చూశాడు.

"నాకోసమైనా, నీకోసమైనా గానీ, నేను మరీ అంతదూరం వెళ్లకుండా ఉండాల్సింది. నిజంగా తప్పు చేశాను చేపా."

"చాకుకి కట్టి ఉన్న తాడు తెగిందేమో ఒకసారి చూసుకో, నీ చేతిని ఒకసారి సరిచూసుకో, ముందుముందు ఇంకా ప్రమాదాలున్నాయి," అని తనతో తాను చెప్పుకున్నాడు.

తెడ్డు చివర్లో చాకుకి కట్టిన ముడిని సరిచూసుకుని, "ఈ చాకుని నూరడానికి ఒక రాయిని తెచ్చుంటే బాగుండేది," అనుకున్నాడు.

"ఆకురాయిని తేవాల్సింది."

ముసలాయనా, నువ్వు చాలా వస్తువులు తెచ్చుండాల్సింది కానీ, ఏ ఒక్కటీ తేలేదు. లేనివాటి గురించి ఆలోచించడం అనవసరం. ఉన్నవాటితో ఏం చెయ్యగలవో ఆలోచించు.

"ఇక సలహాలు చాలు. నాకు వినీవినీ విసుగొస్తుంది," అన్నాడు. అతను చుక్కానిని చంకకింద ఇరికించుకుని పడవ సాగిపోతుండగా చేతులు నీళ్లలో ముంచాడు. "ఇంతకు

ముందొచ్చిన సొరచేప ఎంతమాంసం తినేసిందో దేవుడికే తెలియాలి.”

“కానీ ఇప్పుడీ పడవ చాలా తేలిగ్గా ఉంది.”

చిన్నాభిన్నమైన చేప పొట్టభాగం గురించి ఇక మర్చిపోతే మంచిదనుకున్నాడు. సొరచేప ఎగిరి దూకిన ప్రతిసారీ కొంత కండని కొరికేసి ఉంటుంది. ఇప్పుడా పడవకి కట్టిన చేప వెళ్తున్నంతమేరా సముద్రంలో ఒక పెద్ద రహదారంత వెడల్పున సొరచేపల కోసం గుర్తులు వదుల్తుంది.

ఒక మనిషికి చలికాలం మొత్తానికి సరిపోయేంత పెద్ద చేప ఇది. సర్లే, ఇప్పుడు దాని గురించి ఆలోచించకు. మిగిలి పోయిన చేపని కాపాడుకోడానికి చేతుల్ని సిద్ధంగా ఉంచుకో. నీళ్లలో కలిసిపోయిన రక్తపు వాసనతో పోలిస్తే నా చేతులనుంచి వచ్చే రక్తపు వాసన పెద్ద లెక్కలోకి రాదు. ఎక్కువ రక్తం కూడా పోవట్లేదు. అసలిప్పుడు అయింది పెద్ద గాయమేం కాదు. ఈ గాయపునొప్పి వల్లనే ఎడమచేతినొప్పి గురించి నేను ఎక్కువ ఆలోచించకుండా ఉంటానేమో.

“ఇప్పుడు నేనేం ఆలోచించాలి? ఏం లేదు. ఏ ఆలోచనలు లేకుండా జరగబోయేదానికోసం ఎదురుచూడాలి. నిజంగా ఇదంతా కలైపోతే బాగుండు. ఏమో, ఎవరికి తెలుసు, ఇదంతా సుఖాంతం కావచ్చు కూడా.”

తర్వాతొచ్చిన సొరచేప ఒంటిపార ముక్కుది. మేయడానికి వచ్చిన పందిలాగా ఉందది. దాని నోరు మనిషితల పట్టేంత పెద్దగా ఉంది. ముసలాయన అది చేపని కొరికేవరకూ ఊరుకొని, కొరగ్గానే తెచ్చుకున్న చాకుని దాని మెదడులోకి గుచ్చాడు. చేప

ఒక్కసారిగా వెనక్కి దూకింది. దాని తలలో చాకు దిగబడింది.

ఆ సొరచేప క్రమక్రమంగా చిన్నదౌతూ నీళ్లలో మునిగి పోవడాన్ని పెద్దాయన పడవ నడపడంలో నిమగ్నమయిపోయి చూడలేదు. మామూలుగా ఐతే అతను ఆశ్చర్యంగా చూసేవాడే కానీ ఇప్పుడెందుకో అస్సలు చూడలేదు.

"ఇప్పుడు నా దగ్గర కొక్కెంకోల ఉండి కూడా ఏం ఉపయోగం లేదు. ఐతేనేం, రెండు తెడ్లు, చుక్కాని, ఒక చిన్న దుడ్డుకర్ర ఉన్నాయి."

ఈ సొరచేపలు నన్ను ఓడించాయి. ముసలోణ్ణి కదా, కర్రలతో మోది చంపలేను. కానీ, తెడ్లు, చుక్కానికోల, దుడ్డు కర్ర నా దగ్గరున్నంత వరకూ నా పయత్నం నేను చేస్తాను, అనుకున్నాడతను.

అతను చేతుల్ని కడుక్కోడానికి మళ్లీ నీళ్లలో ముంచాడు. అప్పటికి మధ్యాహ్నం దాటిపోతుంది. సముద్రం, ఆకాశం తప్ప అతనికి మరేం కనపడట్లేదు. అంతకుముందుకంటే ఆకాశంలో గాలి ఎక్కువైంది. త్వరలో నేల కనపడుతుందేమో అని అతనికి ఆశ కలిగింది.

"ముసలాయనా! నువ్వు అలసిపోయావు, మానసికంగా బాగా అలసిపోయావు," అనుకున్నాడు.

పొద్దుగుంకే సమయానికి కాస్త ముందువరకు మళ్లీ సొరచేపలు అతని జోలికి రాలేదు.

పడవకి కట్టిన చేప నీళ్లలో వదులుతున్న జాడలవెంట వస్తున్న గోధుమరంగు రెక్కలని ముసలాయన చూశాడు.

ఇప్పుడవి వాసన మీదకూడా ఆధారపడట్లేదు. సరాసరి

దగ్గరికొచ్చి పడవతో పాటుగా పక్కపక్కనే ఈదుతున్నాయి. అతను చుక్కానిని నిలిపేసి, తెరచాపతాడుని బిగించి కట్టి, పడవముందు భాగంలోకి వంగి దుడ్డుకర్రని తీసుకున్నాడు. ఒక విరిగిపోయిన తెడ్డులోంచి, తెడ్డుపిడి నుండి రెండున్నర అడుగుల పొడవు కోసి తీసిన కర్ర అది. దాని పట్టు సరిగ్గా దొరకాలంటే ఒక్క చెయ్యి మాత్రమే వాడాలి. అందుకని సొరచేపల్ని చూడగానే కుడిచేత్తో ఆ కర్రని బిగించి గట్టిగా పట్టుకున్నాడు. అవి రెండూ గలానో చేపలు.

దగ్గరికొచ్చేదాకా ఊరుకుని సూటిగా మొదటి చేప ముక్కు దూలం మీదో, నడినెత్తిమీదో కొట్టాలి అనుకున్నాడు.

సొరచేపలు రెండూ దగ్గరికి వచ్చాయి. వాటిలో మొదటిది దవడలు తెరిచి పెద్దచేపను వెండి రంగున్న వైపు అందుకుంది. అతను దుడ్డుకర్రని బాగా పైకెత్తి బలంగా, ఊపుగా దాని వెడల్పాటి తలమీద మోదాడు. గట్టి రబ్బరులాంటిదేదో అతని కర్రకి తగిలినట్టు అనిపించింది. ఎముకల గట్టిదనం కూడా కర్రకి తాకినట్టనిపించింది. పెద్దచేప మీదనుంచి సొరచేప పట్టు జారిపోతుండగా మళ్లీ ఒకసారి గట్టిగా దాని ముక్కుదూలం మీద కొట్టాడు.

అప్పటిదాకా వస్తూ పోతూ ఉన్న రెండవ సొరచేప పెద్దగా నోరు తెరుచుకుని మళ్లీ వచ్చింది. అది పెద్ద చేపని కొరికి దవడల్ని మూస్తున్నప్పుడు దాని దవడలనుండి తెల్లటి మాంసం ముక్కలు రాలిపడటం ముసలాయనకి కనిపించింది. అతను సొరచేపవైపుకి ఊగి దాని తలమీద మోదాడు. సొరచేప అతనివైపు చూసి నోట్లోని మాంసాన్ని వదిలేసింది. అది మళ్లీ మాంసాన్ని మింగడానికి పక్కకి జరగ్గానే కర్రని దానివైపుకి ఊపి దిట్టంగా రబ్బరులాగా

ఉన్న భాగాన్ని కొట్టాడు.

"రావే గలానో, ఇంకోసారి ఇటువైపొచ్చి చూడు," అన్నాడు ముసలాయన.

సొరచేప త్వరత్వరగా అతనివైపొచ్చింది. అది దవడలు మూసెయ్యగానే దాన్ని కొట్టాడు. ముసలాయన వీలైనంత ఎత్తుకి కర్రని పైకిలేపి గట్టిగా మోదాడు. ఈసారి మెదడు అడుగునున్న ఏదో ఎముక అతని కర్రకి తగిలినట్టు అనిపించింది. సొరచేప మాంసాన్ని తుంచి మందకొడిగా వదిలేస్తుండగా అతను మళ్లీ అదే చోటులో దాన్ని కొట్టాడు.

ముసలాయన అది తిరిగొస్తుందేమో అని ఎదురుచూశాడు కానీ రెండిట్లో ఒక్కటి కూడా రాలేదు. అప్పుడతనికి నీళ్లపైన ఒక చేప గుండ్రంగా ఈతకొడుతూ కనపడింది. రెండోదాని రెక్కలు కనపడలేదు.

నేను వాటిని చంపడం వీలుకాదేమో. వయసులో ఉన్నప్పుడైతే తేలిగ్గా చంపేసేవాణ్ణి. కాకపోతే నేను వాటిని చావుదెబ్బ తీశాను, అవి ఇప్పుడే కోలుకోలేవు. నేను దుడ్డుకర్రని రెండుచేతుల్తో పట్టుకోగలిగితే తప్పకుండా చంపేసేవాణ్ణి. ఇప్పుడైనా సరే చంపగలను.

అతను పడవకి కట్టిన పెద్దచేపవైపు చూడదల్చుకోలేదు. అదెలానూ సగం నాశనమైందని అతనికి తెలుసు. అతను సొరచేపలతో ఇలా యుద్ధం చేస్తుండగా సూర్యాస్తమయం అయింది.

కాసేపట్లో చీకటి పడుతుంది. హవానా కాంతులు అప్పుడు చూడాలి. నేను తూర్పువైపుకి కాస్త దూరం వెళ్తే ఏదైనా కొత్త

సముద్రతీరంలో వెలుగుతున్న దీపాలు కనపడొచ్చు.

కానీ ఇప్పుడంత దూరం వెళ్లలేను, అనుకున్నాడతను. నా గురించి ఎవరూ కంగారు పడకపోతే బావుండు. ఐనా పిల్లాడు తప్ప నా గురించి ఆలోచించే వాళ్లెవరున్నారని? ఐనా వాడికి నామీద నమ్మకం ఉంటుందిలే. మా జాలరివాళ్లలో కొంతమంది ముసలోళ్లు, మిగతా జనం కూడా కాస్త భయపడతారేమో. ఎంతైనా మా వూరోళ్లు మంచోళ్లు.

ధ్వంసమైపోయిన పెద్దచేప పరిస్థితి చూసి ఆయన దాంతో ఏమీ మాట్లాడలేకపోయాడు. అప్పుడతని మెదడులో ఒక కొత్త ఆలోచన మెరిసింది.

"సగం చేపా! నువ్వు నిజంగా భలే చేపవి. నేను అనవసరంగా చాలా దూరం వచ్చేశాను. మనిద్దరికీ ప్రమాదాన్ని కొనితెచ్చాను. కానీ మనిద్దరం కలిసి చాలా సొరచేపల్ని చంపాం. వేరే చాలా చేపల అంతుకూడా చూశాం," అతను కాస్త ఆగి మళ్లీ అన్నాడు, "నువ్వు నీ జీవితంలో చాలా చేపల్ని చంపి ఉంటావు కదా ముసలి చేపా? నువ్వంత మొనగాడివి కాకపోతే నీ తలమీద ఆ బల్లెం దిగేది కాదు."

అతను ఆ చేప గురించి ఆలోచించడం మొదలెట్టాడు. అది స్వేచ్ఛగా నీళ్లలో తిరుగుతున్నప్పుడైతే దానిమీద దాడిచేసిన సొరచేపలని ఏం చేసి ఉండేదా అనిపించింది. నేను ముందు ఆ సొరచేపల ముక్కులు కోసేసి అప్పుడు వాటితో తలపడాల్సింది. కానీ అప్పుడు నా దగ్గర ఒక గొడ్డలి కానీ, కత్తి కానీ లేకుండా పోయింది.

ఒకవేళ నాదగ్గర ఒక కత్తి ఉండి దాన్ని తెడ్డు చివర్లో కట్టి ఉంటే గొప్ప ఆయుధంగా పనికొచ్చేది. అప్పుడు ఆ కత్తి సాయంతో మనం చేపలతో తలపడేవాళ్లం. ఒకవేళ అవి రాత్రిపూట వస్తే ఏం చెయ్యాలి? నిజంగానే వస్తే ఏమైనా చెయ్యగలనా?

“పోరాడతాను. నా ఒంట్లో ఊపిరున్నంత వరకూ పోరాడతాను.”

కేవలం గాలిలో నిదానంగా వెళ్తున్న పడవ తప్ప దరిదాపుల్లో, ఏ దీపాలు, వెలుతురూ లేవు. ఆ చిమ్మచీకట్లో అతను నిజంగానే చనిపోయానేమో అనుకున్నాడు. రెండు చేతుల్నీ దగ్గరకు తెచ్చి అరచేతుల్ని తట్టి చూసుకున్నాడు. అవి సజీవంగా ఉన్నాయి. వాటిని మూసి తెరుస్తుంటే బ్రతుకులోని వేదన అనుభవంలోకి వస్తున్నట్టుంది. పడవ వెనకభాగంలో చెక్కగోడకి ఆనుకున్న దగ్గర భుజాలకి స్పర్శ తెలుస్తుంది. దానివల్ల అతనికి తను బతికే ఉన్నాననిపించింది.

చేప దొరికితే ప్రార్థన చేస్తానని మొక్కుకున్నాను. కానీ ఇప్పుడు అవన్నీ చదవలేనంత నీరసంగా ఉన్నాను. భుజాలచుట్టూ గోనెపట్టా కప్పుకుని ఉంటే మంచిది, అనుకున్నాడు.

అతను అలా పడవ వెనకభాగంలో వాలి పడవని నడిపిస్తూ ఆకాశంలో చిన్న వెలుగేమైనా వస్తుందేమో అని చూస్తున్నాడు. ఇప్పుడు నాదగ్గర సగం చేపే ఉంది. ఏమో అదృష్టం బాగుంటే మిగతా సగం కూడా దొరకొచ్చు. అదృష్టమా? చాల్లే. ఎప్పుడైతే నేను సముద్రంలో ఇంతదూరం వచ్చానో అప్పుడే నా అదృష్టాన్ని కాలదన్నుకున్నాను.

“పిచ్చి మాటలాపి పడవ నడుపు. ఏమో, అదృష్టం ఎదురు పడొచ్చు,” అన్నాడు.

"అదృష్టాన్ని అమ్మే చోటు ఏదైనా ఉంటే చక్కగా వెళ్లి కొనుక్కుంటాను."

"ఐనా ఏం పెట్టి కొనుక్కుంటాను. ఏముంది నా దగ్గర? పోగొట్టుకున్న పంట్రకోల, విరిగిపోయిన కత్తి, పనికిరాని చేతులు తప్ప నా దగ్గర ఏముందని?"

"ఏమో, వాటితోనే కొనుక్కోవచ్చేమో, సముద్రమ్మీద ఎనభైనాలుగు రోజులుగా పట్టువదలకుండా ప్రయత్నంచేసిన అనుభవం నీ దగ్గర ఉంది. దానివల్లే అదృష్టం దాదాపు నీ తలుపు తట్టింది," అని చెప్పుకున్నాడు.

నేను మరీ ఏదేదో ఆలోచిస్తున్నాను. అదృష్టం ఏ రూపంలో వస్తుందో ఎవరికీ తెలీదు. ఒక్కోసారి అది ఏ రూపంలో ఉన్నా నేను పసిగట్టి దానికి ఖరీదు కట్టి కొనగలను. దీపాల వెలుతురు కనపడితే బాగుండు. నేను చాలా కోరికలు కోరుతున్నానేమో. ఇప్పటికి దీపాలు మాత్రం చాలు. అతను పడవ నడపడానికి వీలుగా కూర్చున్నాడు. నొప్పి తెలీడం వల్లే అతనింకా బతికే ఉన్నానని నిర్ధారించుకున్నాడు.

రాత్రి దాదాపు పది గంటలౌతుండగా నగరపు దీపాల వెలుతురు నీటిమీద పడి మెరవడం కనపడింది. మొదట్లో ఆ కాంతి చంద్రోదయానికి ముందు ఆకాశంలో వచ్చే చిన్న వెలుగులా అనిపించింది. వాళ్లు తేరుకుని అవతలివైపుకి చూసేవేళకి, అంతకంతకీ ఎక్కువగా వీస్తున్న గాలిలో సముద్రం ఎగసిపడుతుంది. ఆ వెలుతురులో పడవని నడిపిస్తూ, త్వరలోనే ప్రవాహం అంచుకి చేరుకుంటాను అనుకున్నాడతను.

ఇప్పటికి అంతా అయిపోయినట్టే. కానీ ఆ సొరచేపలు మళ్లీ

నా మీదకి వచ్చిపడితే ఏం చెయ్యాలి? చిమ్మచీకట్లో నిరాయుధుడిగా ఒంటరి మనిషి చెయ్యగలిగేది ఏముంది?

రాత్రిపూట చలిలో నొప్పెడుతున్న గాయాలతో, మితిమీరిన అలసటతో అతని ఒళ్లు బిగుసుకుపోయింది. నాకు ఇంకా పోరాడే శక్తి లేదు, ఇక ఆ అవసరం రాకపోతే బాగుండు అనుకున్నాడు.

కానీ అర్ధరాత్రి అయ్యేసరికి అతనికి పోరాడాల్సిన అవసరం వచ్చింది. ఐతే ఈ పోరువల్ల ఉపయోగం లేదని అతనికి తెలుసు. ఈసారి సొరచేపలు ఒక గుంపుగా వచ్చాయి. అవి చేప మీద దాడి చేసినప్పుడు నీళ్లలో వాటి రెక్కలు గీసిన గీతలు, అవి వదిలిన వెలుతురు జాడలు మాత్రం కనపడ్డాయి. అతను కర్రతో వాటి తలలమీద మోదాడు. వాటి దవడల టకటక శబ్దం వినపడుతుంది. అవి పడవకింది భాగాన్ని ఆక్రమించడంతో వాటి కదలికలకి పడవ ఊగిపోతుంది. అతనికి వినపడేదాన్ని బట్టి, చీకట్లో అతని కర్రకి తగిలే దాన్ని బట్టి అతను ఎడాపెడా బాదుతున్నాడని తెలుస్తుంది. ఈలోగా దుడ్డుకర్రని ఏదో లాగేసుకున్నట్టనిపించింది. కర్ర అతని చేజారిపోయింది.

అతను చుక్కానికోలను బయటికి లాగి, రెండు చేతులతో పట్టుకుని, దాంతో పదే పదే నీటిని కోస్తూ, అటూ ఇటూ కొడుతూ ఉన్నాడు. కానీ అవి అప్పటికే అనీం మీదకి గుంపులుగా వస్తున్నాయి. ఒక్కోసారి ఒకదాని వెనక ఒకటి, ఇంకోసారి అన్నీ కలిసికట్టుగా వచ్చి మాంసపుముక్కల్ని అందుకుని వెనక్కి తిరుగుతున్నాయి. మళ్లీ తిరిగొస్తున్నాయి. మరోసారి తిరిగొచ్చేసరికి తుంచి పడేసిన మాంసంముక్కలు సముద్రంలో మెరుస్తూ కనపడుతున్నాయి.

చివరికి పెద్దచేప తలమీదకి ఒక సొరచేప రాగానే అంతా ఐపోయిందనుకున్నాడు ముసలాయన. ఐతే పెద్దచేప తల బాగా గట్టిగా ఉండి కొరుకుడుపడక సొరచేప పళ్లు అక్కడ ఇరుక్కుపోయాయి. అప్పుడు అతను చుక్కానికోలతో సొరచేప తలమీద మోదాడు. పదేపదే అక్కడే కొట్టాడు. అతనికి కోల విరిగిన చప్పుడు వినిపించింది. చీలిపోయిన కోలని చేతబట్టుకుని దాన్ని పొడిచాడు. అది సొరచేపని చీల్చుకు వెళ్లగానే దాని పదును అర్థమై మరొకసారి లోపలికి గుచ్చాడు. సొరచేప ఓటమిని ఒప్పుకుని నీళ్లలోకి జారిపోయింది. అప్పటి వరకు వచ్చిన సొరచేపల గుంపులో అది అఖరుది. ఇక వాటికి తినడానికి ఏం మిగల్లేదు.

ముసలాయనకి ఊపిరి అందడం కష్టమయింది. నోట్లో ఇదీ అని స్పష్టంగా చెప్పలేని ఒక చిత్రమైన తియ్యటి, రాగిలాంటి వింతరుచి అనుభవానికి వచ్చింది. ఒక్కక్షణం అతను బెదిరిపోయాడు. కానీ అలా ఎక్కువసేపు అనిపించలేదు.

అతను సముద్రంలోకి ఉమ్మేసి, “గలానో చేపల్లారా, దీన్ని తిని మీరొక మనిషిని చంపినట్టు కలగనండి,” అన్నాడు.

చివరికి అతడికి తను కోలుకోలేనంతగా దెబ్బతిన్నాననిపించింది. అతను పడవ వెనక భాగానికి వెళ్లి చుక్కాని కోలని చూసి, అది విరిగిపోయినా కూడా, చుక్కానిలో అమరుతుందని, పడవ నడపడానికి పనికొస్తుందని గమనించాడు. అతను గోతం సంచిని భుజాల చుట్టూ సర్దుకుని పడవని దారిలోకి తెచ్చాడు. అతని మనసులో ఇప్పుడు ఎలాంటి ఆలోచనలు, భావాలు లేవు. వాటన్నిటినీ దాటి వచ్చాడిప్పుడు. అతను వీలైనంత చాకచక్యంగా వాళ్ల వూరి రేవువైపుగా పడవని పోనిస్తున్నాడు.

భోజనాలబల్ల మీద మిగిలిపోయిన తునకల్ని తిన్నట్టు, రాత్రిపూట సొరచేపలు చేప కళేబరాన్ని తింటున్నాయి. ముసలాయన వాటిని పట్టించుకోలేదు. అతను దేన్నీ పట్టించు కోకుండా పడవ నడపడం మీదే దృష్టి పెట్టాడు. ఇప్పుడు పడవ పక్కవైపున పెద్దబరువేం లేకపోవడంవల్ల పడవ ఎంత తేలిగ్గా వెళ్తుందో గమనించాడు.

పడవ బాగానే ఉంది. చుక్కానికోల విరగడం తప్ప దానికి పెద్ద నష్టమేం జరగలేదు. కొత్త చుక్కాని తెచ్చి బిగించడం చిటికలో పని. తాను ప్రవాహంతో పాటు వెళ్తున్నట్టు అనిపించింది. సముద్రతీరం మీద బెస్తవాళ్ల పల్లెలు కనపడుతున్నాయి. అతను ఎక్కడున్నాడో అర్థమైంది. ఇంటికి చేరుకోడానికి ఇక అట్టే దూరంలేదు.

ఏదేమైనా గాలి మన నేస్తం, అనుకుని, "కొన్నిసార్లు మాత్రమే," అని జోడించాడు. ఉపకారాల్ని, అపకారాల్ని చేసే మహాసముద్రం కూడా నా స్నేహితుడే. అసలు నిజానికి మంచం నా అసలు స్నేహితుడు, అబ్బా! మంచం, ఒట్టి మంచమే ఎంత బావుంటుందో అనుకున్నాడు. ముఖ్యంగా నేను ఓడిపోయినప్పుడు అది నన్ను సేద తీరుస్తుంది. ఓటమి ఇంత తేలిగ్గా ఉంటుందని నాకు ఇన్నాళ్లు తెలియలేదు. నన్ను ఓడించేది ఎవరో కూడా నాకు ఇన్నాళ్లు తెలియలేదు అనుకున్నాడు.

"ఇప్పుడేమైందని? నేను మరీ దూరం వెళ్లానంతే," అనుకున్నాడు.

అతనొక చిన్న పడవలరేవు దగ్గరకి చేరుకునేసరికి ఇసుకతిన్నెల పైన దీపాలు ఆర్పి ఉండటం చూసి అందరూ

నిద్రపోయి ఉంటారనుకున్నాడు. గాలి మెల్లగా ఊపందుకుని ఇప్పుడిప్పుడే బలంగా వీస్తుంది. రేవు నిశ్శబ్దంగా ఉంది. గులకరాళ్ల మెట్ట వరకూ పడవ నడిపాడు. సాయం వచ్చే వాళ్లెవరూ కనపడక అతనే చేతనైనంత దూరం పడవని పోనిచ్చాడు. ఇక అప్పుడు పడవ దిగి దాన్నొక రాయికి కట్టేశాడు.

అతను తెరచాపకొయ్యను విడదీసి, చాపని చుట్టగా చుట్టి కట్టేశాడు. తర్వాత కొయ్యని భుజానేసుకుని పైకెక్కడం మొదలు పెట్టాడు. అతనెంతగా అలసిపోయాడో అప్పటికికానీ అర్థంకాలేదు. అతనొక క్షణం ఆగి వెనక్కి చూశాడు. పడవ వెనక భాగంలో నిటారుగా నిలబడ్డ చేపతోక, వీధిదీపాల వెలుగులో కనపడింది. కండలేని తెల్లటి గీతలాంటి దాని వెన్నుపూస, బరువైన తలలో నుంచి బయటికి పొడుచుకొచ్చిన ముక్కు, ఆ రెండిటి మధ్యన పూర్తి నగ్నత్వం అతని కళ్లముందుంది.

అతను తిరిగి పైకెక్కడం మొదలు పెట్టాడు. బాగా పైకెక్కాక భుజం మీదున్న కొయ్యతో సహా కూలబడి అలా కాసేపు ఉండిపోయాడు. లేవడానికి ప్రయత్నం చేసినా ఉపయోగం లేకపోయింది. అలాగే ఆ కొయ్యని భుజంపైన పెట్టుకుని రోడ్డు వైపు చూస్తున్నాడు. ఒక పిల్లి దాని దారిన అది అలా దూరంగా వెళ్తుంటే చూశాడు. మళ్లీ రోడ్డు వైపు చూశాడు.

చివరికి తెరచాపకొయ్యని కిందపెట్టి లేచి నిల్చున్నాడు. తిరిగి దాన్ని భుజానేసుకుని రోడ్డు మీదకి బయల్దేరాడు. అతని గుడిసెకి చేరుకునే లోపల కనీసం ఐదుసార్లు అలా ఆగి కూర్చోవాల్సి వచ్చింది.

గుడిసె లోపల తెరచాపకొయ్యని ఒక గోడకి ఆనించి నిలబెట్టాడు. ఆ చీకట్లో అతనికొక మంచినీళ్ల సీసా దొరికితే ఒక గుక్కెడు నీళ్లు తాగాడు. మంచం మీద వాలి భుజాలమీదకి దుప్పటి లాక్కుని వీపు మీద కాళ్లమీదా నిండుగా కప్పుకున్నాడు. పత్రికలు పరిచిన పక్కమీద చేతులు చాచి అరచేతులు పైకి తెరిచిపెట్టి, బోర్లా పడుకుని నిద్రపోయాడు.

పొద్దున్నే పిల్లాడొచ్చి తలుపులోనుంచి తొంగి చూసేసరికి పెద్దాయన మంచి నిద్రలో ఉన్నాడు. ఆరోజు వీస్తున్న ఉధృతమైన గాలి వల్ల తేలికపాటి పడవలేవీ బయటికి వెళ్లలేవు. పిల్లాడు బాగా పొద్దెక్కేదాకా పడుకుని రోజులాగే ముసలాయన గుడిసెకి వచ్చాడు. పిల్లాడు ముసలాయన ఊపిరి పీల్చడాన్ని చూశాడు. ఆ తర్వాత అతని చేతుల్ని చూసి ఏడవడం మొదలెట్టాడు. ఆయనకి కాస్త కాఫీ తీసుకొద్దామని చప్పుడు చెయ్యకుండా బయటికెళ్లాడు. దారిపొడుగునా ఏడుస్తూనే ఉన్నాడు.

అప్పటికే చాలామంది జాలర్లు ఆ పడవ చుట్టూరా మూగి దాని పక్కన కట్టి ఉన్నదేంటా అని చూస్తున్నారు. ఒకాయనైతే సొంతం నీళ్లల్లోకెళ్లి ప్యాంటు పైకి మడిచి ఒక తాడుముక్కతో చేప అస్థిపంజరాన్ని కొలుస్తున్నాడు.

పిల్లాడు లోపలికి దిగలేదు. వాడు అంతక్రితమే ఒకసారి అక్కడికి వెళ్లొచ్చాడు. జాలర్లలో ఒకతను పడవని జాగ్రత్తగా చూసుకుంటున్నాడు. "ముసలాయన ఎలా ఉన్నాడు?" అని ఒక జాలరి అరిచాడు. "నిద్రపోతున్నాడు," అన్నాడు పిల్లాడు. వాడి ఏడుపుమొహాన్ని వాళ్లంతా చూశారో లేదో వాడు పట్టించుకోలేదు. చేప అస్థిపంజరాన్ని కొలిచినతను "ముసలాయన్ని ఎవరూ

నిద్రలేపకండి. ఈ చేప చూశారా, తలనుంచి తోక దాకా దాదాపు పద్దెనిమిది అడుగులుంది," అన్నాడు.

"నిజమే అయ్యుంటుంది," అన్నాడు పిల్లాడు.

వాడు మిద్దెమీది హెూటల్ కి వెళ్లి కాఫీ ఇవ్వమని అడిగాడు.

"బాగా పాలు, పంచదార వేసి వేడిగా ఇవ్వండి."

"ఇంకేమైనా కావాలా?"

"ఊహూ, కాసేపాగి పెద్దాయన ఏమైనా తింటాడేమో చూస్తాను."

"అబ్బా! ఎంత పెద్ద చేపో, అట్లాంటి దాన్ని ఎప్పుడూ చూసి ఎరగం. నిన్న నువ్వు తెచ్చిన రెండుచేపలు కూడా బానే ఉన్నాయి," అన్నాడు కొట్టతను.

"ఆ, ఏం చేపల్లే!" పిల్లాడు మళ్లీ ఏడుపు మొదలెట్టాడు.

"తాగడానికేమన్నా కావాలా?" కొట్టతను మళ్లీ అడిగాడు.

"ఏమీ వొద్దు, శాంటియాగోని ఎవరూ విసిగించొద్దని చెప్పు. నేను మళ్లీ వస్తాను."

"నేను అతని క్షేమం అడిగానని చెప్పు."

"అలాగే చెప్తాను," అన్నాడు పిల్లాడు.

పిల్లాడు వేడివేడి కాఫీ క్యానుని పైకి తీసికెళ్లి ముసలాయన లేచేవరకూ పక్కనే కూర్చుని ఎదురుచూస్తున్నాడు. ఒకసారి అతను నిద్ర లేస్తున్నాడేమో అనిపించింది కానీ మళ్లీ గాఢనిద్రలోకి జారుకున్నాడు. పిల్లాడు కట్టెలు తెచ్చి కాఫీ వేడి చేద్దామని రోడ్డు మీదకి వెళ్లాడు.

చివరికి ముసలాయన లేచాడు.

"లేవకు, కాఫీ తాగు," అన్నాడు పిల్లాడు.

వాడొక గ్లాసులోకి కాఫీ పోసిచ్చాడు.

ముసలాయన తీసుకుని తాగాడు.

"మనోలిన్, వాటి చేతిలో నేను ఓడిపోయాను. చిత్తుగా ఓడిపోయాను," అన్నాడు.

"లేదు, నువ్వు ఓడిపోలేదు."

"నిజంగానే ఓడిపోయాను, ఆ చేపని పట్టుకున్న తర్వాత."

"పడవని, సామాన్లని పెడ్రికో చూసుకుంటున్నాడు. చేప తలని ఏం చేద్దామనుకుంటున్నావ్?"

"పెడ్రికో దాన్ని ముక్కలు చేసి ఎరలకోసం వాడుకుంటాడులే."

"మరి ఆ ఈటె సంగతి?"

"కావాలంటే నువ్వు ఉంచేసుకో."

"నాక్కావాలి. సరే ఇక మనం చెయ్యాల్సిన పనుల గురించి ఆలోచించాలి."

"నాకోసం వెతికారా?"

"అవును. కోస్ట్‌గార్డ్స్‌తో, విమానాలతో వెతికారు."

"అంత పెద్ద సముద్రంలో ఇంత చిన్న పడవ ఎలా కనపడుతుంది?"

తనలో తను మాట్లాడుకుంటూ, సముద్రంతో మాట్లాడేకంటే మరో మనిషితో కబుర్లు చెప్పడం ఎంత హాయిగా ఉందో అనుకున్నాడు ముసలాయన.

"అక్కడ నువ్వుంటే బాగుండేది, ఇంతకీ నువ్వేమైనా చేపల్ని పట్టావా?" అన్నాడు.

"మొదటిరోజు ఒకటి, రెండోరోజు ఒకటి, మూడోరోజు రెండు."

"శెభాష్!"

"ఇకనుంచి మనం కలిసి చేపలు పడదాం," అన్నాడు పిల్లాడు.

"నేనిప్పుడు దురదృష్టవంతుణ్ణి. నాకు మంచిరోజులు లేవిక."

"మంచిరోజులు, గాడిదగుడ్డూ ఏం లేదు. అదృష్టాన్ని నేను నాతోపాటు తీసుకొస్తాగా," అన్నాడు పిల్లాడు.

"మీ వాళ్లు ఒప్పుకోవద్దూ?"

"వాళ్ల మాటలు నాకు లెక్కలేదు. నిన్న రెండు చేపల్ని పట్టాను. నేను నీతో వేటకొచ్చి ఇంకా చాలా నేర్చుకోవాలి."

"వేటకోసం మనమొక మంచి ఈటెని కొనుక్కుని ఎప్పుడూ పడవలో ఉంచుకోవాలి. పాత ఫోర్డు కారు ఇనుప పట్టీల నుండి ఒక రేకు తీసి దాంతో కత్తిమొన చేయిద్దువుగానీ. గువానా బకోవాలో దాన్ని కాల్చి సాన పెట్టిద్దాం. అది పదునుగా, నాణ్యంగా ఉండాలి. లేకపోతే నా కత్తిలాగే విరిగిపోతుంది."

"నేను ఇంకో కత్తి తెచ్చి సాన పెట్టిస్తాను."

"ఇంకా గాడ్పులు ఎన్నిరోజులున్నాయి?"

"మూడు రోజులుండొచ్చు. ఇంకా ఎక్కువేనేమో."

"నేను అన్నీ సర్ది పెడతాను. ముందు నీ చేతులు బాగవ్వనీ పెద్దాయనా," అన్నాడు పిల్లాడు.

“ఆ, చూసుకుంటాను. రాత్రి ఉమ్మినప్పుడు ఏంటో వింతగా, ఛాతీలో ఏదో విరిగినట్టు అనిపించింది.”

“అదేంటో కాస్త చూసి జాగ్రత్త పడు. ఇక పడుకో. నీకు ఉతికిన చొక్కా, తినడానికి ఏదో ఒకటి తీసుకొస్తాను,” అన్నాడు పిల్లాడు.

“నేను లేనప్పటి పత్రికలేమైనా ఉంటే తీసుకురా.”

“నువ్వు ముందు కోలుకోవాలి. నువ్వు నాకు చాలా నేర్పాలి. నాకు అన్నీ తెలుసుకోవాలనుంది. బాగా ఇబ్బంది పడ్డావా?”

“విపరీతంగా,” అన్నాడు ముసలాయన.

“పత్రికలతో పాటు తినడానికి ఏమైనా తీసుకొస్తాను. నువ్వు విశ్రాంతి తీసుకో ముసలాయనా! మందులకొట్టుకెళ్లి నీ చేతుల కోసం ఏదైనా మందు తెస్తాను,” అన్నాడు పిల్లాడు.

“మర్చిపోవద్దు. చేపతలని తీసుకోమని పెడ్రికోకి చెప్పు.”

“చెప్తాలే.”

పిల్లాడు రోడ్డు మీదకొచ్చి పగడాలదిబ్బ తోవలో వెళ్తూ మళ్లీ ఏడ్చాడు.

ఆరోజు మధ్యాహ్నం మిద్దెమీదున్న హోటల్‌కు ఒక పర్యాటకుల గుంపు వచ్చింది. రేవు మొదట్లో చిక్కటి సముద్రం మీద తూర్పుగాలి వీస్తూనే ఉంది. వాళ్లలో ఒకావిడ కిందికి చూసినప్పుడు ఖాళీ బీర్ క్యాన్లు, బారిక్యూడా చేపలు కనపడ్డాయి. వాటిమధ్య తెల్లటి పొడుగాటి వెన్నెముక, దాని చివర్లో ఊగుతున్న పెద్ద తోక అలలమీద తేలుతున్నాయి.

“అదేంటి?” ఒక వెయిటర్‌ని పిలిచి అటువైపు చూపిస్తూ

అడిగిందామె. అలలమీద చెత్తలాగా తేలిపోడానికి సిద్ధంగా ఉన్న ఒక భారీచేప తాలూకు పొడుగాటి వెన్నుపూస ఉందక్కడ.

"టిబూరన్,[25] సొరచేప," అతను ఏం జరిగిందో చెప్పడానికి ప్రయత్నిస్తున్నాడు.

"సొరచేపల తోకలు అంత అందంగా, తీర్చి దిద్దినట్టు ఉంటాయని నాకు తెలీదు."

"నాక్కూడా తెలీదు," ఆమెతో పాటు ఉన్నతను అన్నాడు.

రోడ్డుకి అవతలవైపు తన గుడిసెలో ముసలాయన మళ్లీ నిద్రలోకి జారుకున్నాడు. అతనింకా బోర్లానే పడుకుని ఉన్నాడు. పిల్లాడు అతని పక్కన కూర్చుని అలాగే చూస్తూ ఉన్నాడు. ముసలాయన సింహాల గురించి కలలు కంటున్నాడు.

అయిపోయింది

---

25 టిబూరన్ (TIBURON) – సొరచేప.

1935లో బహామాస్‌లో హెమింగ్వే 786 పౌండ్ల బరువున్న ఒక మాకో చేపని పట్టాడు. 'రాడ్ అండ్ రీల్' గేలానికి చిక్కిన అతి పెద్ద చేపల్లో మూడవది ఇది. ఫోటోలో ఎడమవైపున షార్ట్‌ఫిన్ మాకో చేప పక్కన నిల్చున్న వ్యక్తి హెమింగ్వే.

Picture Credit: JFK Presidential Library

మూడు చేపల కథ

ఈ పుస్తకంలో రచయిత హెమింగ్వే ముఖ్యంగా మూడు రకాల సొరచేపల గురించి ప్రస్తావిస్తాడు. ఈ సొరచేపల్ని హెమింగ్వే ఊహించి సృష్టించినా అవి నిజజీవితానికి చాలా దగ్గరగా ఉంటాయి.

మొదటి చేప: డెంటుసో

పెద్దాయన మార్లిన్ చేపని పడవకు కట్టుకుని తీసుకెళ్తున్నపుడు, ఈ డెంటుసో సొరచేప మొట్టమొదట దాడి చేస్తుంది.

డెంటుసో అంటే స్పానిష్‌లో 'పెద్ద పళ్లది' అని అర్థం. ఇది "మాకో" రకానికి చెందిన సొరచేప. మాకో చేపలు దృఢంగా ఉండి చాలా తెలివిగా ప్రవర్తిస్తాయి. వీటి పళ్లు చేతివేళ్లంత ఉంటాయి. త్రికోణాకారంలో ఉండే ఆ పళ్లు అన్నివైపులా తీవ్రమైన

పదునుతో ఉంటాయి. అవసరం అయితే మాకో చేపలు గంటకు సుమారు డెబ్భై కిలోమీటర్ల వేగంతో ప్రయాణించగలవు. ఇవి వేటాడేటప్పుడు నీటిలోంచి పైకిలేచి గాల్లో పల్టీ కూడా కొట్టగలుగుతాయి. ఎంత వేగంగా వెళ్లే మార్లిన్ సొరచేపలనైనా ఈ మాకో చేపలు వేటాడగలవు. ఈ కథలో హెమింగ్వే సృష్టించిన డెంటుసో సొరచేపని నిజ జీవితంలో "షార్ట్‌ఫిన్ మాకో"తో పోల్చవచ్చు.

రెండవ చేప: గలానో

గలానో అనే పేరు ఒక ప్రత్యేకమైన జాతిని సూచించదు. క్యూబా సముద్ర తీరాల్లో గలానో అనే పదాన్ని సాధారణంగా సొరచేపని వర్ణించడానికి వాడతారు. గలానో అంటే స్పానిష్‌లో బొల్లిమచ్చలు అనే అర్థం ఉంది. వీటి తల పార ఆకారంలో ఉంటుందని ఈ కథలో పెద్దాయన శాంటియాగో చెప్తాడు. ఇవి గోధుమరంగులో ఉండి, ముందుపక్క రెక్కల చివర్లు మాత్రం తెల్లగా ఉంటాయి. తోక పైభాగం చాలా విశాలంగా ఉంటుంది. కథలో చెప్పిన వర్ణన ప్రకారం ఈ చేపను నిజానికి "oceanic whitetip shark" చేపతో మనం పోల్చుకోవొచ్చు.

గలానో సొరచేపను ఒక్కదాన్ని తప్ప, సముద్రంలో ఉండే సకల జలచరాలను ఇష్టపడతాడు శాంటియాగో. ఎందుకంటే గలానో సొరచేపలు ఎదురుగా వచ్చి యుద్ధం చేయకుండా దొంగదెబ్బ తీస్తాయి. డెంటుసో సొరచేప అయితే ఒక్కటే నేరుగా వచ్చి మార్లిన్ మీద పడుతుంది, కానీ గలానో చేపలు నీటి అడుగున మాటువేసి సమూహంగా వచ్చి ఒక్కసారిగా దాడి చేస్తాయి.

మూడవ చేప: మార్లిన్

ఈ కథలో శాంటియాగో వేటాడి పడవకు కట్టుకుని తెస్తాడీ "మార్లిన్" చేపని. జీవశాస్త్రజ్ఞులు చెప్పేదాని ప్రకారం ఈ సొరచేప ఉష్ణమండల సముద్రాలలో, ముఖ్యంగా అట్లాంటిక్ మహా సముద్రంలో దొరుకుతుంది. దీన్ని "బ్లూ మార్లిన్" అని కూడా అంటారు.

1992లో బ్రెజిల్‌లో ఒక చేపల వేటగాడు పద్నాలుగు వందల పౌండ్ల బరువున్న బ్లూ మార్లిన్‌ని పట్టాడట. ఇదే పెద్దది అనుకుంటే సుమారు అదే సమయంలో పద్నాలుగు అడుగుల పొడవుండి, పదిహేనువందల పౌండ్ల బరువున్న బ్లాక్ మార్లిన్‌ని ఇంకెవరో పట్టారు. దీని అస్థిపంజరం ఇప్పటికీ వాషింగ్టన్ డి.సి.లోని ఒక మ్యూజియంలో ఉందట. హెమింగ్వే కూడా ఇలాంటి పెద్ద మార్లిన్ చేపలను పట్టాడు. తొమ్మిదివందల పౌండ్ల బరువున్న మార్లిన్ చేప కూడా ఓసారి హెమింగ్వే గాలానికి చిక్కింది.

ఈ కథలో శాంటియాగో తను పట్టిన చేపని మగచేప అని నిర్ధారించాడు కానీ నిజానికి సముద్రంలో ఎక్కువగా ఉండేవి ఆడ మార్లిన్ చేపలేనట. ముఖ్యంగా భారీ ఆకారంలో ఉండే బ్లూ మార్లిన్‌లు దాదాపు అన్నీ ఆడజాతివే అంటారు. హెమింగ్వే దృష్టిలో, శాంటియాగో దృష్టిలో కూడా, ఈ బ్లూ మార్లిన్ రాజసం ఉట్టిపడే చేప.

హెమింగ్వే ఈ పుస్తకంలో సృష్టించిన మార్లిన్ సొరచేప పాత్ర ఊహకు అందనట్టు అనిపించినా అలాంటివి ఉంటాయన్న మాట నిజం.

(references: seahistory.org)

ఎర్నెస్ట్ హెమింగ్వే నోబెల్ ఉపన్యాసం

నోబెల్ బహుమతి అందుకోడానికి స్టాక్ హోం నగరంలోని నోబెల్ బాంక్వెట్ హాల్‌కి హెమింగ్వే వెళ్లలేకపోయినందున అతని తరపున అమెరికా- స్వీడన్ రాయబారి జాన్ ఎం కాబెర్ట్, 10 డిసెంబరు 1954 న ఈ ఉపన్యాసాన్ని చదివారు.

* * *

"ఇప్పుడు ముఖాముఖి ఉపన్యాసమిచ్చే అవకాశం నాకులేదు. పైగా దానికి కావలసిన మెళకువల గురించి కూడా నాకు అంతగా తెలీదు. అందువల్ల నోబెల్ అవార్డు నిర్వాహకుల సహృదయతకి మామూలు మాటలతోనే నా కృతజ్ఞతలు చెప్పుకుంటున్నాను.

అర్హత ఉండి కూడా ఇప్పటివరకు నోబెల్ బహుమతి అందుకోని గొప్ప రచయితలు నాకు తెలుసు. అందుచేత ఈ బహుమానాన్ని నేను తలవంచుకుని మాత్రమే స్వీకరించగలను. ఆ గొప్ప రచయితల పేర్లన్నీ నేను మీకు చెప్పక్కర్లేదు.

ఇక్కడున్నవాళ్లందరూ వాళ్లకి తెలిసినదాన్ని బట్టి ఆ జాబితాని ఎవరికి వారే తయారు చేసుకోగలరు.

ఒక రచయిత తన మనసులోని మాటలన్నీ ఏరికూర్చిన ప్రసంగాన్ని చదవమని ఒక దేశ రాయబారిని అడగడం సరికాదు. రాతలో ఉండే మాటలు వెంటనే అర్థమయేలాగా ఉండవు. ఒకవేళ రచయిత అదృష్టవంతుడైతే ఆ రచనలోని స్పష్టత వల్ల, రసస్ఫోరకత వల్ల అతను ప్రజల మనసుల్లో నిలిచిపోడమో, మరుగున పడిపోవడమో నిర్ణయం ఔతుంది.

రచనా ప్రక్రియ అనేది ఎప్పుడూ ఒంటరి వ్యాపకమే. రచయితల కూటములు ఒంటరితనాన్ని ఉపశమింప చేస్తాయేమో కానీ రచనని మెరుగుపరుస్తాయన్నది నాకు సందేహమే. ఒంటరితనాన్ని ఒదిలించుకునే కొద్దీ సమాజంలో స్థాయి పెరుగుతుంది. కానీ ఆ క్రమంలో రచనలోని నాణ్యత తగ్గిపోతుంది. ఎందుకంటే రచన అనేది రచయిత ఒంటరిగానే చేయాల్సిన పని. నిత్యానిత్యాలని ఎప్పటికైనా ఎదుర్కోవడానికి మంచి రచయిత ఎప్పుడూ సిద్ధంగానే ఉండాలి.

ఒక నిజమైన రచయితకి తను రాసే ప్రతీపుస్తకం ఒక కొత్త ప్రారంభం కావాలి. ప్రతీసారి అతను విజయానికి మించినదేదో సాధించడానికి ప్రయత్నించాలి. ఇదివరకెవరు రాయనిదాన్నో, రాసి విఫలమైనదాన్నో తను సరిగ్గా రాసే ప్రయత్నం చేయాలి. అతను అదృష్టవంతుడైతే కొన్నిసార్లు ఆ ప్రయత్నం ఫలిస్తుంది.

గతంలో వచ్చిన మంచి రచనని మరో విధంగా చెప్పడమే సాహిత్యమైతే, రచించడం ఎంత తేలికో కదా? ఎందుకంటే

మనకి గతంలో గొప్ప రచయితలున్నారు. వారు వారి కాలాన్ని దాటి ఆలోచించారు కాబట్టి ఎవరి సహాయమూ అందని పరిస్థితుల్లో కూడా గొప్ప రచనలు చేశారు.

ఇప్పటికే ఒక రచయిత మాట్లాడాల్సినదానికంటే ఎక్కువ మాట్లాడాను. రచయిత తను చెప్పాలనుకున్నది రాయాలిగానీ చెప్పకూడదు."

***

స్వీడిష్ అకాడెమి సభ్యుడైన H.S. Nyberg ఈ ఉపన్యాసానికి ముందు ఇలా అన్నారు.

"మరొక బాధాకరమైన విషయం ఏమంటే ఈ సంవత్సరం నోబుల్ బహుమతి విజేత అయిన ఎర్నెస్ట్ హెమింగ్వే అనారోగ్య కారణం చేత ఈ వేడుకకి రాలేక పోయారు. డేగచూపులాంటి అతని పరిశీలనపట్ల, ఇప్పటి అస్థిరపు సమయాల్లో మనిషి ఉనికి గురించి అతను స్పష్టంగా రాయడం పట్ల, మనిషి పోరాటాన్ని ముసుగుల్లేకుండా సూటిగా చూపించడంపట్ల మా ఆరాధనా భావాన్ని ప్రకటిస్తున్నాము. అతను ఎంచుకున్న సమస్యలు ఇప్పటి మన అయోమయపు ఆధునిక జీవితంలో అందరికీ చెందినవి. సమకాలీన సాహిత్యం మీద ఇంత విస్తృతమైన ప్రభావం ఉన్న రచయితలు ఏ దేశంలో అయినా అరుదనే చెప్పాలి.

ఆయన త్వరగా కోలుకుని తన మిగతా పనుల్ని పూర్తి చేయాలని మేము మనస్ఫూర్తిగా కోరుకుంటున్నాం."

(మూలం: Ernest Hemingway-Banquet speech. NobelPrize.org.)

ఎర్నెస్ట్ మిల్లర్ హెమింగ్వే

ఎర్నెస్ట్ హెమింగ్వే (1899-1961) ఓక్పార్క్, ఇలినాయిస్లో పుట్టారు. పదిహేడేళ్ల వయసులో కాన్సాస్ నగరంలోని ఒక పత్రికాఫీసులో రచయతగా ఉద్యోగజీవితాన్ని మొదలుపెట్టారు. అమెరికా మొదటి ప్రపంచయుద్ధంలో భాగమయ్యాక, ఇటాలియన్ సైన్యం తరఫున ఆంబులెన్స్ సేవలలో స్వచ్ఛందంగా పనిచేశారు. యుద్ధంలో తీవ్రంగా గాయపడి, చాలాకాలం ఆసుపత్రుల్లోనే గడిపారు. అమెరికాకి తిరిగి వచ్చాక అమెరికన్, కెనడియన్ వార్తాపత్రికల్లో విలేఖరిగా పనిచేశారు. తర్వాత యూరోప్కి తిరిగివెళ్ళి గ్రీక్ విప్లవంలాంటి ముఖ్యమైన ఘట్టాలకు విలేఖరిగా వ్యవహరించారు.

హెమింగ్వే స్వతహాగా మంచి ఆటగాడు. ఆయనకి సైనికులన్నా, వేటగాళ్లన్నా, వీరులన్నా గొప్ప ఆరాధనాభావం ఉంది. వాళ్ల నిజాయితీ, ధైర్యసాహసాల ముందు ఆధునిక జీవితం, మనుషులు చాలా కురచగా కనపడేవాళ్లు. ఈ కారణం చేతనే ఆయనకి ఆధునిక సమాజం నిరాశని, నిస్పృహని కలిగించేది.

సూటిగా ఉండే వాక్యాలు, నిరాడంబరంగా ఉండే వచనం, సంభాషణల్లో క్లుప్తత వంటివి అయన కథల్లోని ముఖ్యమైన లక్షణాలు. హెమింగ్వే కథలతో Men Without Women (1927), The Fifth Column and the First Forty-Nine Stories (1938) సంకలనాలు వచ్చాయి. యుద్ధాలకి, ఉద్యమాలకి సంబంధించిన తన సొంత అనుభవాల్నే చాలావరకు రచనల్లో వాడుకున్నారు అనడానికి ఎన్నో ఉదాహరణలున్నాయి. నోబెల్ బహుమతి పొందిన The Old Man and the Sea, స్పానిష్ అంతర్యుద్ధం ఇతివృత్తంగా రాసిన For Whom the Bell Tolls నవలలు అతనికి బాగా పేరుని తెచ్చిపెట్టాయి.

హెమింగ్వే 1961లో తుపాకితో కాల్చుకొని ఆత్మహత్య చేసుకున్నాడు.

హెమింగ్వే నవలలు:
- (1925) The Torrents of Spring
- (1926) The Sun Also Rises
- (1929) A Farewell to Arms
- (1937) To Have and Have Not
- (1940) For Whom the Bell Tolls
- (1950) Across the River and Into the Trees
- (1952) The Old Man and the Sea
- (1962) Adventures of a Young Man
- (1970) Islands in the Stream
- (1986) The Garden of Eden

స్వాతికుమారి బండ్లమూడి

స్వాతికుమారి తెలుగు కవయిత్రి, కథకురాలు, అనువాదకురాలు, పత్రికా సంపాదకురాలు. ఈమె తెలుగులో మూడు కవితా సంపుటాలని ప్రచురించారు. ఈవిడ రాసిన కథలు వివిధ పత్రికల్లో, కథా సంకలనాల్లో ప్రచురించబడ్డాయి. కొన్ని ఇంగ్లిష్ కవితలను, కథలను, వ్యాసాలను తెలుగులోకి అనువదించారు. పొద్దు, వాకిలి వెబ్ పత్రికల్లో, వాకిలి పబ్లికేషన్స్‌లోనూ సహ సంపాదకురాలిగా పనిచేశారు. స్వాతికుమారి వృత్తిరీత్యా చార్టర్డ్ ఎకౌంటంట్ కాగా ప్రస్తుతం మదనపల్లిలోని రిషీవ్యాలీ స్కూల్‌లో పనిచేస్తున్నారు.

ప్రచురించిన పుస్తకాలు:

- (2012) కోనేటిమెట్లు, కవిత్వం
- (2015) ఆవిరి, కవిత్వం
- (2019) పదహారు గడ్డిపోచలు, కవిత్వం

రవి వీరెల్లి

రవి (రవీందర్) వీరెల్లి తెలుగు కవి, అనువాదకుడు, పత్రికా సంపాదకుడు. ఈయన ఇప్పటివరకు రెండు కవితా సంపుటాలను ప్రచురించారు, కొన్ని కథలను కూడా రాశారు. వాకిలి పబ్లికేషన్స్ ద్వారా వర్థమాన కవుల కవిత్వాన్ని, అనువాదాలను పుస్తకాలుగా ప్రచురించారు. వాకిలి వెబ్ పత్రిక, ఆటా అమెరికాభారతి త్రైమాసిక పత్రికలకు కొన్నాళ్లపాటు సంపాదకుడిగా వ్యవహరించారు. రవి ప్రస్తుతం అమెరికాలోని వర్జీనియా రాష్ట్రంలో 'ఇన్ఫర్మేషన్ టెక్నాలజీ' రంగంలో పనిచేస్తున్నారు.

ప్రచురించిన పుస్తకాలు:

- (2012) దూప, కవిత్వం
- (2017) కుందాపన, కవిత్వం

www.ingramcontent.com/pod-product-compliance
Lightning Source LLC
Chambersburg PA
CBHW020958100625
27926CB00013B/448